TRANZLATY

Sprache ist für alle da

Tungumál er fyrir alla

Der Ruf der Wildnis

Kallið í villidýrinu

Jack London

Deutsch / Íslenska

Copyright © 2025 Tranzlaty
All rights reserved
Published by Tranzlaty
ISBN: 978-1-80572-804-7
Original text by Jack London
The Call of the Wild
First published in 1903
www.tranzlaty.com

Ins Primitive
Inn í frumstæðni

Buck las keine Zeitungen
Buck las ekki blöðin.
Hätte er die Zeitung gelesen, hätte er gewusst, dass Ärger im Anzug war.
Hefði hann lesið blöðin hefði hann vitað að vandræði væru í uppsiglingu.
Nicht nur er selbst, sondern jeder einzelne Tidewater-Hund bekam Ärger.
Það voru ekki aðeins vandræði fyrir hann sjálfan, heldur fyrir alla sjávarfallahunda.
Jeder Hund mit starken Muskeln und warmem, langem Fell würde in Schwierigkeiten geraten.
Allir hundar með vöðvastælta úlnlið og heitt, langt feld myndu lenda í vandræðum.
Von Puget Bay bis San Diego konnte kein Hund dem entkommen, was auf ihn zukam.
Frá Puget-flóa til San Diego gat enginn hundur sloppið við það sem var í vændum.
Männer, die in der arktischen Dunkelheit herumtasteten, hatten ein gelbes Metall gefunden.
Menn, sem þreifuðu í myrkrinu á norðurslóðum, höfðu fundið gulan málm.
Dampfschiff- und Transportunternehmen waren auf der Jagd nach der Entdeckung.
Gufuskipa- og flutningafyrirtæki eltu uppgötvunina.
Tausende von Männern strömten ins Nordland.
Þúsundir manna þustu inn í Norðurlandið.
Diese Männer wollten Hunde, und die Hunde, die sie wollten, waren schwere Hunde.
Þessir menn vildu hunda, og hundarnir sem þeir vildu voru þungir hundar.
Hunde mit starken Muskeln, die sie zum Arbeiten brauchen.
Hundar með sterka vöðva til að strita með.
Hunde mit Pelzmantel, der sie vor Frost schützt.

Hundar með loðinn feld til að vernda þá fyrir frosti.

Buck lebte in einem großen Haus im sonnenverwöhnten Santa Clara Valley.
Buck bjó í stóru húsi í sólkysstu Santa Clara-dalnum.
Der Ort, an dem Richter Miller wohnte, wurde sein Haus genannt.
Hús dómara Millers, var kallað.
Sein Haus stand etwas abseits der Straße, halb zwischen den Bäumen versteckt.
Hús hans stóð til hliðar frá veginum, hálf falið meðal trjánna.
Man konnte einen Blick auf die breite Veranda erhaschen, die rund um das Haus verläuft.
Maður gat fengið innsýn í breiða veröndina sem lá umhverfis húsið.
Die Zufahrt zum Haus erfolgte über geschotterte Zufahrten.
Aðkoma að húsinu var um malbikaðar innkeyrslur.
Die Wege schlängelten sich durch weitläufige Rasenflächen.
Göngustígarnir lágu um víðfeðmar grasflötur.
Über ihnen waren die ineinander verschlungenen Zweige hoher Pappeln.
Fyrir ofan voru fléttaðar greinar hárra ösptrjáa.
Auf der Rückseite des Hauses ging es noch geräumiger zu.
Að aftanverðu í húsinu var enn rúmbetra.
Es gab große Ställe, in denen ein Dutzend Stallknechte plauderten
Þar voru stór hesthús, þar sem tylft brúðguma voru að spjalla saman
Es gab Reihen von weinbewachsenen Dienstbotenhäusern
Þar voru raðir af vínviðarklæddum þjónustuhúsum
Und es gab eine endlose und ordentliche Reihe von Toilettenhäuschen
Og þar var endalaus og skipulögð röð útihúsa
Lange Weinlauben, grüne Weiden, Obstgärten und Beerenfelder.
Langar vínberjaskálar, grænir hagar, ávaxtargarðar og berjatré.

Dann gab es noch die Pumpanlage für den artesischen Brunnen.
Þá var þar dælustöðin fyrir handgerða brunninn.
Und da war der große Zementtank, der mit Wasser gefüllt war.
Og þar var stóri sementtankurinn fullur af vatni.
Hier nahmen die Jungs von Richter Miller ihr morgendliches Bad.
Hér tóku drengir dómara Millers morgundýfu sína.
Und auch dort kühlten sie sich am heißen Nachmittag ab.
Og þau kældu sig líka þar í heitum síðdegis.
Und über dieses große Gebiet herrschte Buck über alles.
Og yfir þessu mikla léni réði Buck öllu.
Buck wurde auf diesem Land geboren und lebte hier sein ganzes vierjähriges Leben.
Buck fæddist á þessu landi og bjó hér öll sín fjögur ár.
Es gab zwar noch andere Hunde, aber die spielten keine wirkliche Rolle.
Það voru vissulega aðrir hundar, en þeir skiptu í raun engu máli.
An einem so riesigen Ort wie diesem wurden andere Hunde erwartet.
Búist var við öðrum hundum á jafn víðáttumiklum stað og þessum.
Diese Hunde kamen und gingen oder lebten in den geschäftigen Zwingern.
Þessir hundar komu og fóru, eða bjuggu inni í annasömum hundahúsum.
Manche Hunde lebten versteckt im Haus, wie Toots und Ysabel.
Sumir hundar bjuggu í földum húsinu, eins og Toots og Ysabel gerðu.
Toots war ein japanischer Mops, Ysabel ein mexikanischer Nackthund.
Toots var japanskur mopshundur en Ysabel var mexíkóskur hárlaus hundur.
Diese seltsamen Kreaturen verließen das Haus kaum.

Þessar furðulegu verur fóru sjaldan út fyrir húsið.
Sie berührten weder den Boden noch schnüffelten sie draußen an der frischen Luft.
Þau snertu ekki jörðina né lyktuðu út í bert loftið fyrir utan.
Außerdem gab es Foxterrier, mindestens zwanzig an der Zahl.
Þar voru líka foxterrierarnir, að minnsta kosti tuttugu að tölu.
Diese Terrier bellten Toots und Ysabel im Haus wild an.
Þessir terrierhundar geltu grimmilega á Toots og Ysabel innandyra.
Toots und Ysabel blieben hinter Fenstern, in Sicherheit.
Toots og Ysabel dvöldu á bak við glugga, óhultar fyrir meiðsli.
Sie wurden von Hausmädchen mit Besen und Wischmopps bewacht.
Þey voru gætt af vinnukonum með kústum og moppum.
Aber Buck war kein Haushund und auch kein Zwingerhund.
En Buck var enginn húshundur og hann var heldur enginn hundahundur.
Das gesamte Anwesen gehörte Buck als seinem rechtmäßigen Reich.
Öll eignin tilheyrði Buck sem hans réttmæta ríki.
Buck schwamm im Becken oder ging mit den Söhnen des Richters auf die Jagd.
Buck synti í fiskibúrinu eða fór á veiðar með sonum dómarans.
Er ging in den frühen oder späten Morgenstunden mit Mollie und Alice spazieren.
Hann gekk með Mollie og Alice snemma eða seint á kvöldin.
In kalten Nächten lag er mit dem Richter vor dem Kaminfeuer der Bibliothek.
Á köldum nóttum lá hann fyrir framan arineldinn í bókasafninu með dómaranum.
Buck ließ die Enkel des Richters auf seinem starken Rücken herumreiten.
Buck ók barnabörnum dómarans á sterkum baki sínum.

Er wälzte sich mit den Jungen im Gras und bewachte sie genau.
Hann velti sér í grasinu með strákunum og gætti þeirra náið.
Sie wagten sich bis zum Brunnen und sogar an den Beerenfeldern vorbei.
Þau voguðu sér að gosbrunninum og jafnvel fram hjá berjaökrunum.
Unter den Foxterriern lief Buck immer mit königlichem Stolz.
Meðal foxterrieranna gekk Buck alltaf með konunglega stolti.
Er ignorierte Toots und Ysabel und behandelte sie, als wären sie Luft.
Hann hunsaði Toots og Ysabel og kom fram við þau eins og þau væru loft.
Buck herrschte über alle Lebewesen auf Richter Millers Land.
Buck réði yfir öllum lifandi verum á landi dómara Millers.
Er herrschte über Tiere, Insekten, Vögel und sogar Menschen
Hann réði yfir dýrum, skordýrum, fuglum og jafnvel mönnum.
Bucks Vater Elmo war ein großer und treuer Bernhardiner gewesen.
Faðir Bucks, Elmo, hafði verið risastór og tryggur Sankti Bernharðshundur.
Elmo wich dem Richter nie von der Seite und diente ihm treu.
Elmo vék aldrei frá dómaranum og þjónaði honum dyggilega.
Buck schien bereit, dem edlen Beispiel seines Vaters zu folgen.
Buck virtist tilbúinn að fylgja göfugu fordæmi föður síns.
Buck war nicht ganz so groß und wog hundertvierzig Pfund.
Buck var ekki alveg eins stór, vó hundrað og fjörutíu pund.
Seine Mutter Shep war eine schöne schottische Schäferhündin gewesen.
Móðir hans, Shep, hafði verið góður skoskur fjárhundur.

Aber selbst mit diesem Gewicht hatte Buck eine königliche Ausstrahlung.
En jafnvel með þessari þyngd gekk Buck með konunglegri nærveru.
Dies kam vom guten Essen und dem Respekt, der ihm immer entgegengebracht wurde.
Þetta kom frá góðum mat og þeirri virðingu sem hann naut alltaf.
Vier Jahre lang hatte Buck wie ein verwöhnter Adliger gelebt.
Í fjögur ár hafði Buck lifað eins og spilltur aðalsmaður.
Er war stolz auf sich und sogar ein wenig egoistisch.
Hann var stoltur af sjálfum sér, og jafnvel dálítið sjálfselskur.
Diese Art von Stolz war bei den Herren abgelegener Landstriche weit verbreitet.
Þessi tegund af stolti var algeng meðal afskekktra sveitahöfðingja.
Doch Buck hat es vermieden, ein verwöhnter Haushund zu werden.
En Buck bjargaði sér frá því að verða dekurhundur í húsinu.
Durch die Jagd und das Training blieb er schlank und stark.
Hann hélt sér grönnum og sterkum í gegnum veiðar og hreyfingu.
Er liebte Wasser zutiefst, wie Menschen, die in kalten Seen baden.
Hann elskaði vatnið innilega, eins og fólk sem baðar sig í köldum vötnum.
Diese Liebe zum Wasser hielt Buck stark und sehr gesund.
Þessi ást á vatni hélt Buck sterkum og mjög heilbrigðum.
Dies war der Hund, zu dem Buck im Herbst 1897 geworden war.
Þetta var hundurinn sem Buck hafði orðið haustið 1897.
Als der Klondike-Angriff die Menschen in den eisigen Norden trieb.
Þegar árásin í Klondike dró menn til hins frosna norðurs.
Menschen aus aller Welt strömten in das kalte Land.
Fólk streymdi hvaðanæva að úr heiminum inn í kalda landið.

Buck las jedoch weder die Zeitungen noch verstand er Nachrichten.
Buck las hins vegar hvorki blöðin né skildi fréttir.
Er wusste nicht, dass es nicht gut war, Zeit mit Manuel zu verbringen.
Hann vissi ekki að það væri vondur maður að vera nálægt Manuel.
Manuel, der im Garten half, hatte ein großes Problem.
Manuel, sem hjálpaði til í garðinum, átti við alvarleg vandamál að stríða.
Manuel war spielsüchtig nach der chinesischen Lotterie.
Manuel var háður fjárhættuspilum í kínverska lottóinu.
Er glaubte auch fest an ein festes System zum Gewinnen.
Hann trúði einnig staðfastlega á fastmótað kerfi til að sigra.
Dieser Glaube machte sein Scheitern sicher und unvermeidlich.
Sú trú gerði mistök hans örugg og óhjákvæmileg.
Um ein System zu spielen, braucht man Geld, und das fehlte Manuel.
Að spila kerfi krefst peninga, sem Manuel skorti.
Sein Gehalt reichte kaum zum Überleben seiner Frau und seiner vielen Kinder.
Laun hans dugðu varla til að framfleyta konu hans og mörg börn.
In der Nacht, in der Manuel Buck verriet, war alles normal.
Nóttina sem Manuel sveik Buck voru hlutirnir eðlilegir.
Der Richter war bei einem Treffen der Rosinenanbauervereinigung.
Dómarinn var á fundi rúsínuræktendafélags.
Die Söhne des Richters waren damals damit beschäftigt, einen Sportverein zu gründen.
Synir dómarans voru þá uppteknir við að stofna íþróttafélag.
Niemand sah, wie Manuel und Buck durch den Obstgarten gingen.
Enginn sá Manuel og Buck fara út um ávaxtargarðinn.
Buck dachte, dieser Spaziergang sei nur ein einfacher nächtlicher Spaziergang.

Buck hélt að þessi göngutúr væri bara einföld næturrölt.
Sie trafen nur einen Mann an der Flaggenstation im College Park.
Þau hittu aðeins einn mann á fánastöðinni, í College Park.
Dieser Mann sprach mit Manuel und sie tauschten Geld aus.
Maðurinn talaði við Manuel og þeir skiptu á peningum.
„Verpacken Sie die Waren, bevor Sie sie ausliefern", schlug er vor
„Pakkaðu vörunum inn áður en þú afhendir þær," lagði hann til.
Die Stimme des Mannes war rau und ungeduldig, als er sprach.
Rödd mannsins var hrjúf og óþolinmóð er hann talaði.
Manuel band Buck vorsichtig ein dickes Seil um den Hals.
Manuel batt vandlega þykkt reipi um háls Bucks.
„Verdreh das Seil, und du wirst ihn gründlich erwürgen"
„Snúðu reipinu og þú munt kæfa hann mikið"
Der Fremde gab ein Grunzen von sich und zeigte damit, dass er gut verstanden hatte.
Ókunnugi maðurinn möglaði, sem sýndi að hann skildi vel.
Buck nahm das Seil an diesem Tag mit ruhiger und stiller Würde an.
Buck tók við reipinu með ró og ró og reisn þann dag.
Es war eine ungewöhnliche Tat, aber Buck vertraute den Männern, die er kannte.
Þetta var óvenjuleg athöfn, en Buck treysti mönnunum sem hann þekkti.
Er glaubte, dass ihre Weisheit weit über sein eigenes Denken hinausging.
Hann trúði því að viska þeirra færi langt fram úr hans eigin hugsun.
Doch dann wurde das Seil in die Hände des Fremden gegeben
En þá var reipið afhent ókunnugum manni.
Buck stieß ein leises, warnendes und zugleich bedrohliches Knurren aus.
Buck urraði lágt sem varaði hann við með hljóðlátri ógnun.

Er war stolz und gebieterisch und wollte seinen Unmut zum Ausdruck bringen.
Hann var stoltur og valdsmaður og ætlaði sér að sýna óánægju sína.
Buck glaubte, seine Warnung würde als Befehl verstanden werden.
Buck taldi að viðvörun hans yrði skilin sem skipun.
Zu seinem Entsetzen zog sich das Seil schnell um seinen dicken Hals zusammen.
Honum til mikillar undrunar hertist reipið fast um þykkan háls hans.
Ihm blieb die Luft weg und er begann in plötzlicher Wut zu kämpfen.
Loft hans var skorið af og hann byrjaði að berjast í skyndilegri reiði.
Er sprang auf den Mann zu, der Buck schnell mitten in der Luft traf.
Hann stökk á manninn, sem mætti Buck í loftinu þegar í stað.
Der Mann packte Buck am Hals und drehte ihn geschickt in der Luft.
Maðurinn greip um háls Bucks og snéri honum listilega upp í loftið.
Buck wurde hart zu Boden geworfen und landete flach auf dem Rücken.
Buck féll harkalega niður og lenti flatt á bakinu.
Das Seil würgte ihn nun grausam, während er wild um sich trat.
Reipið kæfði hann nú grimmilega á meðan hann sparkaði villt.
Seine Zunge fiel heraus, seine Brust hob und senkte sich, doch er bekam keine Luft.
Tungan féll út, brjóst hans kipptist til, en hann náði ekki andanum.
Noch nie in seinem Leben war er mit solcher Gewalt behandelt worden.
Hann hafði aldrei á ævi sinni verið sýndur slíku ofbeldi.
Auch war er noch nie zuvor von solch tiefer Wut erfüllt gewesen.

Hann hafði heldur aldrei áður verið fullur jafn djúprar reiði.
Doch Bucks Kraft schwand und seine Augen wurden glasig.
En kraftur Bucks dofnaði og augu hans urðu gljáandi.
Er wurde ohnmächtig, als in der Nähe ein Zug angehalten wurde.
Hann missti meðvitund rétt þegar lest var að stöðva þar í grenndinni.
Dann warfen ihn die beiden Männer schnell in den Gepäckwagen.
Þá köstuðu mennirnir tveir honum í skyndi inn í farangursvagninn.
Das nächste, was Buck spürte, war ein Schmerz in seiner geschwollenen Zunge.
Það næsta sem Buck fann var sársauki í bólginni tungunni.
Er bewegte sich in einem wackelnden Wagen und war nur schwach bei Bewusstsein.
Hann var að hreyfa sig í skjálfandi vagni, aðeins með daufa meðvitund.
Das schrille Pfeifen eines Zuges verriet Buck seinen Standort.
Hvöss flaut lestarstöðvarinnar sagði Buck hvar hann var.
Er war oft mit dem Richter mitgefahren und kannte das Gefühl.
Hann hafði oft riðið með dómaranum og þekkti tilfinninguna.
Es war der einzigartige Schock, wieder in einem Gepäckwagen zu reisen.
Það var einstakt sjokk að ferðast aftur í farangursvagni.
Buck öffnete die Augen und sein Blick brannte vor Wut.
Buck opnaði augun og augnaráð hans brann af reiði.
Dies war der Zorn eines stolzen Königs, der vom Thron gejagt wurde.
Þetta var reiði stolts konungs sem tekinn var af hásæti sínu.
Ein Mann wollte ihn packen, doch stattdessen schlug Buck zuerst zu.
Maður rétti út höndina til að grípa hann, en Buck hjó fyrst til.
Er versenkte seine Zähne in der Hand des Mannes und hielt sie fest.

Hann setti tennurnar í hönd mannsins og hélt fast í hana.
Er ließ nicht los, bis er ein zweites Mal ohnmächtig wurde.
Hann sleppti ekki fyrr en hann missti meðvitund í annað sinn.
„Ja, hat Anfälle", murmelte der Mann dem Gepäckträger zu.
„Já, fær köst," muldraði maðurinn að farangursmanninum.
Der Gepäckträger hatte den Kampf gehört und war näher gekommen.
Farangursmaðurinn hafði heyrt átökin og kom nær.
„Ich bringe ihn für den Chef nach Frisco", erklärte der Mann.
„Ég fer með hann til Frisco fyrir yfirmanninn," útskýrði maðurinn.
„Dort gibt es einen tollen Hundearzt, der sagt, er könne sie heilen."
„Þar er góður hundalæknir sem segist geta læknað þá."
Später in der Nacht gab der Mann seinen eigenen ausführlichen Bericht ab.
Seinna um kvöldið gaf maðurinn sína eigin fullu frásögn.
Er sprach aus einem Schuppen hinter einem Saloon am Hafen.
Hann talaði úr skúr fyrir aftan krá á bryggjunni.
„Ich habe nur fünfzig Dollar bekommen", beschwerte er sich beim Wirt.
„Ég fékk bara fimmtíu dollara," kvartaði hann við kráarmanninn.
„Ich würde es nicht noch einmal tun, nicht einmal für tausend Dollar in bar."
„Ég myndi ekki gera þetta aftur, ekki einu sinni fyrir þúsund í reiðufé."
Seine rechte Hand war fest in ein blutiges Tuch gewickelt.
Hægri hönd hans var þétt vafin inn í blóðugan klút.
Sein Hosenbein war vom Knie bis zum Fuß weit aufgerissen.
Buxnaskálminn hans var rifinn gátt frá hné niður að tám.
„Wie viel hat der andere Trottel verdient?", fragte der Wirt.
„Hvað fékk hinn krakkanum greitt?" spurði kráarmaðurinn.

„Hundert", antwortete der Mann, „einen Cent weniger würde er nicht nehmen."
„Hundrað," svaraði maðurinn, „hann myndi ekki þiggja eyri minna."
„Das macht hundertfünfzig", sagte der Kneipenmann.
„Það eru hundrað og fimmtíu," sagði kráarmaðurinn.
„Und er ist das alles wert, sonst bin ich nicht besser als ein Dummkopf."
„Og hann er þess virði, annars er ég ekki betri en fáviti."
Der Mann öffnete die Verpackung, um seine Hand zu untersuchen.
Maðurinn opnaði umbúðirnar til að skoða hönd sína.
Die Hand war stark zerrissen und mit getrocknetem Blut verkrustet.
Höndin var illa rifin og þakin þurrkuðu blóði.
„Wenn ich keine Tollwut bekomme ...", begann er zu sagen.
„Ef ég fæ ekki vatnsfælnina ..." byrjaði hann að segja.
„Das liegt wohl daran, dass du zum Hängen geboren wurdest", ertönte ein Lachen.
„Það verður af því að þú fæddist til að hanga," heyrðist hlátur.
„Komm und hilf mir, bevor du gehst", wurde er gebeten.
„Komdu og hjálpaðu mér áður en þú ferð," var hann beðinn um að gera það.
Buck war von den Schmerzen in seiner Zunge und seinem Hals benommen.
Buck var í ringlun af verkjum í tungu og hálsi.
Er war halb erwürgt und konnte kaum noch aufrecht stehen.
Hann var hálfkyrktur og gat varla staðið uppréttur.
Dennoch versuchte Buck, den Männern gegenüberzutreten, die ihm so viel Leid zugefügt hatten.
Samt reyndi Buck að horfast í augu við mennina sem höfðu sært hann svo mikið.
Aber sie warfen ihn nieder und würgten ihn erneut.
En þeir köstuðu honum niður og kæfðu hann enn á ný.
Erst dann konnten sie sein schweres Messinghalsband absägen.
Þá fyrst gátu þeir sagað af honum þunga messingkragann.

Sie entfernten das Seil und stießen ihn in eine Kiste.
Þeir fjarlægðu reipið og tróðu honum ofan í kassa.
Die Kiste war klein und hatte die Form eines groben Eisenkäfigs.
Kistlan var lítil og í laginu eins og gróft járnbúr.
Buck lag die ganze Nacht dort, voller Zorn und verletztem Stolz.
Buck lá þar alla nóttina, fullur reiði og særðs stolts.
Er konnte nicht einmal ansatzweise verstehen, was mit ihm geschah.
Hann gat ekki byrjað að skilja hvað var að gerast við hann.
Warum hielten ihn diese fremden Männer in dieser kleinen Kiste fest?
Hvers vegna voru þessir undarlegu menn að halda honum í þessum litla búr?
Was wollten sie von ihm und warum diese grausame Gefangenschaft?
Hvað vildu þeir honum, og hvers vegna þessi grimmilega fangahald?
Er spürte einen dunklen Druck, das Gefühl, dass das Unglück näher rückte.
Hann fann fyrir dimmum þrýstingi; tilfinningu um að ógæfa væri að nálgast.
Es war eine vage Angst, die ihn jedoch schwer belastete.
Þetta var óljós ótti, en hann setti þungt strik í anda hans.
Mehrmals sprang er auf, als die Schuppentür klapperte.
Nokkrum sinnum stökk hann upp þegar skúrhurðin nötraði.
Er erwartete, dass der Richter oder die Jungen erscheinen und ihn retten würden.
Hann bjóst við að dómarinn eða strákarnir myndu birtast og bjarga honum.
Doch jedes Mal lugte nur das dicke Gesicht des Wirts hinein.
En aðeins feita andlit kráareigandans kíkti inn í hvert skipti.
Das Gesicht des Mannes wurde vom schwachen Schein einer Talgkerze erhellt.
Andlit mannsins var lýst upp af daufri birtu frá tólgkerti.

Jedes Mal verwandelte sich Bucks freudiges Bellen in ein leises, wütendes Knurren.
Í hvert skipti breyttist glaðvært gelt Bucks í lágt, reiðilegt urr.

Der Wirt ließ ihn für die Nacht allein in der Kiste zurück
Kjöthússtjórinn skildi hann eftir einan í búrinu um nóttina.
Aber als er am Morgen aufwachte, kamen noch mehr Männer.
En þegar hann vaknaði um morguninn komu fleiri menn.
Vier Männer kamen und hoben die Kiste vorsichtig und wortlos auf.
Fjórir menn komu og tóku kassann varlega upp án þess að segja orð.
Buck wusste sofort, in welcher Situation er sich befand.
Buck vissi strax í hvaða stöðu hann var staddur.
Sie waren weitere Peiniger, die er bekämpfen und fürchten musste.
Þau voru enn frekari kvalarar sem hann þurfti að berjast við og óttast.
Diese Männer sahen böse, zerlumpt und sehr ungepflegt aus.
Þessir menn litu út fyrir að vera illgjarnir, tötralegir og mjög illa snyrtir.
Buck knurrte und stürzte sich wild durch die Gitterstäbe auf sie.
Buck urraði og þaut grimmilega á þá í gegnum rimlana.
Sie lachten nur und stießen mit langen Holzstöcken nach ihm.
Þau bara hlógu og stungu í hann með löngum tréprikum.
Buck biss in die Stöcke, dann wurde ihm klar, dass es das war, was ihnen gefiel.
Buck beit í prikin en áttaði sig svo á að það var það sem þeim líkaði.
Also legte er sich ruhig hin, mürrisch und vor stiller Wut brennend.
Svo lagðist hann niður hljóður, dapur og brennandi af hljóðlátri reiði.

Sie hoben die Kiste auf einen Wagen und fuhren mit ihm weg.
Þau lyftu kassanum upp í vagn og óku á brott með hann.
Die Kiste mit Buck darin wechselte oft den Besitzer.
Kistunni, með Buck læstan inni í henni, skipti oft um hendur.
Express-Büroangestellte übernahmen die Leitung und kümmerten sich kurz um ihn.
Starfsmenn hraðskrifstofunnar tóku við stjórninni og afgreiddu hann stuttlega.
Dann transportierte ein anderer Wagen Buck durch die laute Stadt.
Þá bar annar vagn Buck þvert yfir hávaðasama bæinn.
Ein Lastwagen brachte ihn mit Kisten und Paketen auf eine Fähre.
Vörubíll flutti hann með kassa og pakka um borð í ferju.
Nach der Überquerung lud ihn der Lastwagen an einem Bahndepot ab.
Eftir að hafa farið yfir svæðið losaði vörubíllinn hann við járnbrautarstöð.
Schließlich wurde Buck in einen wartenden Expresswagen gesetzt.
Loksins var Buck settur inn í hraðvagn sem beið hans.
Zwei Tage und Nächte lang zogen Züge den Schnellzug ab.
Í tvo daga og nætur drógu lestir hraðvagninn burt.
Buck hat während der gesamten schmerzhaften Reise weder gegessen noch getrunken.
Buck hvorki át né drakk alla þessa erfiðu ferð.
Als die Expressboten versuchten, sich ihm zu nähern, knurrte er.
Þegar hraðboðarnir reyndu að nálgast hann urraði hann.
Sie reagierten, indem sie ihn verspotteten und grausam hänselten.
Þau svöruðu með því að hæðast að honum og stríða honum grimmilega.
Buck warf sich schäumend und zitternd gegen die Gitterstäbe
Buck kastaði sér að börunum, froðufullur og skjálfandi.

Sie lachten laut und verspotteten ihn wie Schulhofschläger.
Þau hlógu hátt og hæddu hann eins og eineltisþjófar í skólanum.
Sie bellten wie falsche Hunde und wedelten mit den Armen.
Þeir geltu eins og gervihundar og veifuðu höndunum.
Sie krähten sogar wie Hähne, nur um ihn noch mehr aufzuregen.
Þeir gólu meira að segja eins og hanar bara til að pirra hann enn frekar.
Es war dummes Verhalten und Buck wusste, dass es lächerlich war.
Þetta var heimskuleg hegðun, og Buck vissi að það var fáránlegt.
Doch das verstärkte seine Empörung und Scham nur noch.
En það jók aðeins reiði hans og skömm.
Der Hunger plagte ihn während der Reise kaum.
Hann var ekki mikið fyrir hungri í ferðinni.
Doch der Durst brachte starke Schmerzen und unerträgliches Leiden mit sich.
En þorstinn olli miklum sársauka og óbærilegum þjáningum.
Sein trockener, entzündeter Hals und seine Zunge brannten vor Hitze.
Þurr, bólginn háls hans og tunga brann af hita.
Dieser Schmerz schürte das Fieber, das in seinem stolzen Körper aufstieg.
Þessi sársauki nærði hitann sem steig upp í stoltum líkama hans.
Buck war während dieses Prozesses für eine einzige Sache dankbar.
Buck var þakklátur fyrir eitt í þessum réttarhöldum.
Das Seil um seinen dicken Hals war entfernt worden.
Reipið hafði verið fjarlægt af þykkum hálsi hans.
Das Seil hatte diesen Männern einen unfairen und grausamen Vorteil verschafft.
Reipið hafði gefið þessum mönnum ósanngjarnan og grimmilegan forskot.

Jetzt war das Seil weg und Buck schwor, dass es nie wieder zurückkommen würde.
Nú var reipið horfið og Buck sór þess eið að það myndi aldrei koma aftur.
Er beschloss, sich nie wieder ein Seil um den Hals legen zu lassen.
Hann ákvað að ekkert reipi skyldi nokkurn tímann ganga um hálsinn á honum framar.
Zwei lange Tage und Nächte litt er ohne Essen.
Í tvo langa daga og nætur þjáðist hann án matar.
Und in diesen Stunden baute sich in ihm eine enorme Wut auf.
Og á þessum stundum byggði hann upp gífurlega reiði innra með sér.
Seine Augen wurden vor ständiger Wut blutunterlaufen und wild.
Augun hans urðu blóðhlaupin og villt af stöðugri reiði.
Er war nicht mehr Buck, sondern ein Dämon mit schnappenden Kiefern.
Hann var ekki lengur Buck, heldur djöfull með smellandi kjálka.
Nicht einmal der Richter hätte dieses verrückte Wesen erkannt.
Jafnvel dómarinn hefði ekki þekkt þessa brjáluðu veru.
Die Expressboten atmeten erleichtert auf, als sie Seattle erreichten
Sendiboðarnir andvörpuðu léttar þegar þeir komu til Seattle.
Vier Männer hoben die Kiste hoch und brachten sie in einen Hinterhof.
Fjórir menn lyftu kassanum og fluttu hann út í bakgarð.
Der Hof war klein und von hohen, massiven Mauern umgeben.
Garðurinn var lítill, umkringdur háum og traustum veggjum.
Ein großer Mann in einem ausgeleierten roten Pullover kam heraus.
Stór maður steig út í rauðum, síðklæddri peysuskyrtu.

Mit dicker, kühner Handschrift unterschrieb er das Lieferbuch.
Hann undirritaði afhendingarbókina með þykkri og djörfri hendi.
Buck spürte sofort, dass dieser Mann sein nächster Peiniger war.
Buck fann strax að þessi maður yrði næsti kvalari hans.
Er stürzte sich heftig auf die Gitterstäbe, die Augen rot vor Wut.
Hann hljóp af hörku að rimlunum, augun rauð af reiði.
Der Mann lächelte nur finster und holte ein Beil.
Maðurinn brosti bara dökkum augum og fór að sækja öxi.
Er brachte auch eine Keule in seiner dicken und starken rechten Hand mit.
Hann kom einnig með kylfu í þykkri og sterkri hægri hendi sinni.
„Wollen Sie ihn jetzt rausholen?", fragte der Fahrer besorgt.
„Ætlarðu að keyra hann út núna?" spurði bílstjórinn áhyggjufullur.
„Sicher", sagte der Mann und rammte das Beil als Hebel in die Kiste.
„Jú," sagði maðurinn og stakk öxinni í kistuna eins og vog.
Die vier Männer stoben sofort auseinander und sprangen auf die Hofmauer.
Mennirnir fjórir dreifðust samstundis og stukku upp á garðvegginn.
Von ihren sicheren Plätzen oben warteten sie, um das Spektakel zu beobachten.
Frá öruggum stöðum sínum uppi biðu þau eftir að horfa á sjónarspilið.
Buck stürzte sich auf das zersplitterte Holz, biss und zitterte heftig.
Buck hljóp á klofna viðinn, beit og skalf harkalega.
Jedes Mal, wenn die Axt den Käfig traf, war Buck da, um ihn anzugreifen.
Í hvert skipti sem öxin lenti í búrinu) var Buck þar til að ráðast á hana.

Er knurrte und schnappte vor wilder Wut und wollte unbedingt freigelassen werden.
Hann urraði og snaraði af villimannsævi, ákafur að vera látinn laus.
Der Mann draußen war ruhig und gelassen und konzentrierte sich auf seine Aufgabe.
Maðurinn fyrir utan var rólegur og stöðugur, einbeittur að verki sínu.
„Also gut, du rotäugiger Teufel", sagte er, als das Loch groß war.
„Jæja, þú rauðeygði djöfull," sagði hann þegar gatið var orðið stórt.
Er ließ das Beil fallen und nahm die Keule in die rechte Hand.
Hann sleppti öxinni og tók kylfuna í hægri hönd sér.
Buck sah wirklich aus wie ein Teufel; seine Augen blutunterlaufen und lodernd.
Buck leit sannarlega út eins og djöfull; augun blóðhlaupin og glóandi.
Sein Fell sträubte sich, Schaum stand ihm vor dem Mund, seine Augen funkelten.
Feldur hans var grófur, froðan stóð upp úr munninum og augun glitruðu.
Er spannte seine Muskeln an und sprang direkt auf den roten Pullover zu.
Hann spennti vöðvana og stökk beint á rauðu peysuna.
Hundertvierzig Pfund Wut prasselten auf den ruhigen Mann zu.
Hundrað og fjörutíu pund af reiði flaug á rólega manninn.
Kurz bevor er die Zähne zusammenbiss, traf ihn ein schrecklicher Schlag.
Rétt áður en kjálkarnir hans klemmdust saman, hlaut hann hræðilegt högg.
Seine Zähne schnappten zusammen, nur Luft war im Spiel.
Tennurnar hans brotnuðu saman á engu nema lofti
ein Schmerz durchfuhr seinen Körper
sársaukaskot ómaði um líkama hans

Er machte einen Überschlag in der Luft und stürzte auf dem Rücken und der Seite zu Boden.
Hann hvolfdi í loftinu og féll á bakið og hliðina.
Er hatte noch nie zuvor einen Knüppelschlag gespürt und konnte ihn nicht begreifen.
Hann hafði aldrei áður fundið fyrir kylfuhöggi og gat ekki gripið það.
Mit einem kreischenden Knurren, das teils Bellen, teils Schreien war, sprang er erneut.
Með öskrandi urri, að hluta til gelti, að hluta til öskri, stökk hann aftur upp.
Ein weiterer brutaler Schlag traf ihn und schleuderte ihn zu Boden.
Annað harkalegt högg lenti á honum og kastaði honum til jarðar.
Diesmal verstand Buck – es war die schwere Keule des Mannes.
Að þessu sinni skildi Buck – þetta var þunga kylfan hans.
Doch die Wut machte ihn blind, und an einen Rückzug dachte er nicht.
En reiðin blindaði hann og hann hugsaði ekki um að hörfa.
Zwölfmal stürzte er sich in die Luft, und zwölfmal fiel er.
Tólf sinnum kastaði hann sér og tólf sinnum datt hann.
Der Holzknüppel traf ihn jedes Mal mit unbarmherziger, vernichtender Kraft.
Trékylfan lamdi hann í hvert skipti með miskunnarlausu, algeru afli.
Nach einem heftigen Schlag kam er benommen und langsam wieder auf die Beine.
Eftir eitt harkalegt högg staulaðist hann á fætur, ringlaður og hægur.
Blut lief aus seinem Mund, seiner Nase und sogar seinen Ohren.
Blóð rann úr munni hans, nefi og jafnvel eyrum.
Sein einst so schönes Fell war mit blutigem Schaum verschmiert.

Kápan hans, sem áður var falleg, var útataður blóðugum froðu.

Dann trat der Mann vor und versetzte ihm einen heftigen Schlag auf die Nase.

Þá steig maðurinn upp og sló illa á nefið.

Die Qualen waren schlimmer als alles, was Buck je gespürt hatte.

Kvölin var skarpari en nokkuð sem Buck hafði nokkurn tímann fundið.

Mit einem Brüllen, das eher an ein Tier als an einen Hund erinnerte, sprang er erneut zum Angriff.

Með öskri, meira skepnu en hundi, stökk hann aftur til árásar.

Doch der Mann packte seinen Unterkiefer und drehte ihn nach hinten.

En maðurinn greip í neðri kjálka hans og sneri honum aftur á bak.

Buck überschlug sich kopfüber und stürzte erneut hart auf den Boden.

Buck hristist upp og niður og féll aftur harkalega.

Ein letztes Mal stürmte Buck auf ihn zu, jetzt konnte er kaum noch stehen.

Í síðasta sinn réðst Buck á hann, nú varla fær um að standa upp.

Der Mann schlug mit perfektem Timing zu und versetzte den letzten Schlag.

Maðurinn hjó til af snilldarlegri tímasetningu og veitti síðasta höggið.

Buck brach bewusstlos und regungslos zusammen.

Buck hrundi saman í hrúgu, meðvitundarlaus og hreyfingarlaus.

„Er ist kein Stümper im Hundezähmen, das sage ich", rief ein Mann.

„Hann er ekki sljór í að brjóta hunda, það er það sem ég segi," öskraði maður.

„Druther kann den Willen eines Hundes an jedem Tag der Woche brechen."

„Druther getur brotið niður vilja hunds hvaða dag vikunnar sem er."
„Und zweimal an einem Sonntag!", fügte der Fahrer hinzu.
„Og tvisvar á sunnudegi!" bætti bílstjórinn við.
Er stieg in den Wagen und ließ die Zügel knacken, um loszufahren.
Hann klifraði upp í vagninn og braut í taumana til að fara af stað.
Buck erlangte langsam die Kontrolle über sein Bewusstsein zurück
Buck náði smám saman stjórn á meðvitund sinni
aber sein Körper war noch zu schwach und gebrochen, um sich zu bewegen.
en líkami hans var enn of veikburða og brotinn til að hreyfa sig.
Er blieb liegen, wo er hingefallen war, und beobachtete den Mann im roten Pullover.
Hann lá þar sem hann hafði fallið og horfði á manninn í rauðpeysunni.
„Er hört auf den Namen Buck", sagte der Mann und las laut vor.
„Hann svarar undir nafninu Buck," sagði maðurinn og las upphátt.
Er zitierte aus der Notiz und den Einzelheiten, die mit Bucks Kiste geschickt wurden.
Hann vitnaði í miðann sem sendur var með kössunni hans Bucks og nánari upplýsingar.
„Also, Buck, mein Junge", fuhr der Mann freundlich fort,
„Jæja, Buck, drengur minn," hélt maðurinn áfram með vingjarnlegum rómi,
„Wir hatten unseren kleinen Streit, und jetzt ist es zwischen uns vorbei."
„Við höfum átt okkar litla rifrildi, og nú er því lokið á milli okkar."
„Sie haben Ihren Platz kennengelernt und ich habe meinen kennengelernt", fügte er hinzu.
„Þú hefur lært þinn stað og ég hef lært minn," bætti hann við.

„Sei brav, dann wird alles gut und das Leben wird angenehm sein."
„Vertu góður, og allt mun ganga vel og lífið verður ánægjulegt."
„Aber wenn du böse bist, schlage ich dir die Seele aus dem Leib, verstanden?"
„En ef þú ert vond/ur, þá skal ég berja þig í hel, skilurðu?"
Während er sprach, streckte er die Hand aus und tätschelte Bucks schmerzenden Kopf.
Um leið og hann talaði rétti hann út höndina og klappaði Buck á sárt höfuðið.
Bucks Haare stellten sich bei der Berührung des Mannes auf, aber er wehrte sich nicht.
Hár Bucks reis við snertingu mannsins, en hann veitti ekki mótspyrnu.
Der Mann brachte ihm Wasser, das Buck in großen Schlucken trank.
Maðurinn færði honum vatn, sem Buck drakk í stórum teygjum.
Dann kam rohes Fleisch, das Buck Stück für Stück verschlang.
Þá kom hrátt kjöt, sem Buck át bita fyrir bita.
Er wusste, dass er geschlagen war, aber er wusste auch, dass er nicht gebrochen war.
Hann vissi að hann var barinn, en hann vissi líka að hann var ekki brotinn.
Gegen einen mit einer Keule bewaffneten Mann hatte er keine Chance.
Hann átti engan möguleika gegn manni vopnuðum kylfu.
Er hatte die Wahrheit erfahren und diese Lektion nie vergessen.
Hann hafði lært sannleikann og gleymdi þeim lexíu aldrei.
Diese Waffe war der Beginn des Gesetzes in Bucks neuer Welt.
Þetta vopn var upphaf laga í nýja heimi Bucks.
Es war der Beginn einer harten, primitiven Ordnung, die er nicht leugnen konnte.

Þetta var upphafið að hörðum, frumstæðum reglum sem hann gat ekki afneitað.
Er akzeptierte die Wahrheit; seine wilden Instinkte waren nun erwacht.
Hann viðurkenndi sannleikann; villta eðlishvöt hans var nú vakandi.
Die Welt war härter geworden, aber Buck stellte sich ihr tapfer.
Heimurinn hafði orðið harðari, en Buck tókst hugrakkur á við það.
Er begegnete dem Leben mit neuer Vorsicht, List und stiller Stärke.
Hann mætti lífinu með nýrri varúð, slægð og kyrrlátum styrk.
Weitere Hunde kamen an, an Seilen oder in Kisten festgebunden, so wie Buck.
Fleiri hundar komu, bundnir í reipum eða búrum eins og Buck hafði verið.
Einige Hunde kamen ruhig, andere tobten und kämpften wie wilde Tiere.
Sumir hundar komu rólega, aðrir æstu og börðust eins og villidýr.
Sie alle wurden der Herrschaft des Mannes im roten Pullover unterworfen.
Þau voru öll sett undir stjórn rauðpeysuklædda mannsins.
Jedes Mal sah Buck zu und sah, wie sich ihm die gleiche Lektion erschloss.
Í hvert skipti horfði Buck á og sá sama lexíuna þróast.
Der Mann mit der Keule war das Gesetz, ein Herr, dem man gehorchen musste.
Maðurinn með kylfuna var lögmálið; herra sem hlýða átti.
Er musste nicht gemocht werden, aber man musste ihm gehorchen.
Hann þurfti ekki að vera vinsæll, en honum þurfti að hlýða.
Buck schmeichelte oder wedelte nie mit dem Schwanz, wie es die schwächeren Hunde taten.
Buck rýddi aldrei eða veifaði eins og veikari hundarnir gerðu.

Er sah Hunde, die geschlagen wurden und trotzdem die Hand des Mannes leckten.
Hann sá hunda sem voru barðir og sleiktu samt hönd mannsins.
Er sah einen Hund, der überhaupt nicht gehorchte oder sich unterwarf.
Hann sá einn hund sem hvorki hlýddi né gafst upp.
Dieser Hund kämpfte, bis er im Kampf um die Kontrolle getötet wurde.
Þessi hundur barðist þar til hann féll í baráttunni um stjórnina.
Manchmal kamen Fremde, um den Mann im roten Pullover zu sehen.
Ókunnugir komu stundum til að sjá rauðpeysaða manninn.
Sie sprachen in seltsamem Ton, flehten, feilschten und lachten.
Þau töluðu í undarlegum rómi, sárbiðjuðu, semdu og hlógu.
Als das Geld ausgetauscht wurde, gingen sie mit einem oder mehreren Hunden.
Þegar peningarnir voru skipt út fóru þau með einn eða fleiri hunda.
Buck fragte sich, wohin diese Hunde gingen, denn keiner kam jemals zurück.
Buck velti fyrir sér hvert þessir hundar fóru, því enginn kom nokkurn tímann aftur.
Angst vor dem Unbekannten erfüllte Buck jedes Mal, wenn ein fremder Mann kam
Ótti við óþekktið fyllti Buck í hvert skipti sem ókunnugur maður kom
Er war jedes Mal froh, wenn ein anderer Hund mitgenommen wurde und nicht er selbst.
Hann var feginn í hvert skipti sem annar hundur var tekinn, frekar en hann sjálfur.
Doch schließlich kam Buck an die Reihe, als ein fremder Mann eintraf.
En loksins kom röðin að Buck með komu ókunnugs manns.
Er war klein, drahtig und sprach gebrochenes Englisch und fluchte.

Hann var lítill, grannur og talaði brotna ensku og bölvaði.
„Heilig!", schrie er, als er Bucks Gestalt erblickte.
„Sacredam!" hrópaði hann þegar hann sá líkama Bucks.
„Das ist aber ein verdammter Rüpel! Wie viel?", fragte er laut.
„Þetta er bölvaður óþokki! Ha? Hversu mikið?" spurði hann upphátt.
„Dreihundert, und für diesen Preis ist er ein Geschenk."
„Þrjú hundruð, og hann er gjöf á því verði,"
„Da es sich um staatliche Gelder handelt, sollten Sie sich nicht beschweren, Perrault."
„Þar sem þetta eru ríkisfé, ættirðu ekki að kvarta, Perrault."
Perrault grinste über den Deal, den er gerade mit dem Mann gemacht hatte.
Perrault brosti að samningnum sem hann hafði gert við manninn.
Aufgrund der plötzlichen Nachfrage waren die Preise für Hunde in die Höhe geschossen.
Verð á hundum hafði hækkað verulega vegna skyndilegrar eftirspurnar.
Dreihundert Dollar waren für so ein tolles Tier nicht unfair.
Þrjú hundruð dollarar voru ekki ósanngjarnt fyrir svona fallega skepnu.
Die kanadische Regierung würde bei dem Abkommen nichts verlieren
Kanadíska ríkisstjórnin myndi ekki tapa neinu á samningnum.
Auch ihre offiziellen Depeschen würden während des Transports nicht verzögert.
Opinberar sendingar þeirra myndu heldur ekki tafist í flutningi.
Perrault kannte sich gut mit Hunden aus und erkannte, dass Buck etwas Seltenes war.
Perrault þekkti hunda vel og gat séð að Buck var eitthvað sjaldgæft.
„Einer von zehntausend", dachte er, als er Bucks Körperbau betrachtete.

„Einn af hverjum tíu tíu þúsund," hugsaði hann er hann virti fyrir sér líkamsbyggingu Bucks.

Buck sah, wie das Geld den Besitzer wechselte, zeigte sich jedoch nicht überrascht.

Buck sá peningana skipta um hendur en sýndi enga undrun.

Bald wurden er und Curly, ein sanfter Neufundländer, weggeführt.

Fljótlega voru hann og Krullað, ljúfur nýfundnalandshundur, leiddir burt.

Sie folgten dem kleinen Mann aus dem Hof des roten Pullovers.

Þau fylgdu litla manninum úr garði rauðu peysunnar.

Das war das letzte Mal, dass Buck den Mann mit der Holzkeule sah.

Þetta var síðasta sinn sem Buck sá manninn með trékylfuna.

Vom Deck der Narwhal aus beobachtete er, wie Seattle in der Ferne verschwand.

Af þilfari Narhvalsins horfði hann á Seattle hverfa í fjarskann.

Es war auch das letzte Mal, dass er das warme Südland sah.

Þetta var líka í síðasta sinn sem hann sá hið hlýja Suðurland.

Perrault brachte sie unter Deck und ließ sie bei François zurück.

Perrault fór með þá niður fyrir þilfar og skildi þá eftir hjá François.

François war ein Riese mit schwarzem Gesicht und rauen, schwieligen Händen.

François var svartur risi með hrjúfar, harðlínulaga hendur.

Er war dunkelhäutig und hatte eine dunkle Hautfarbe, ein französisch-kanadischer Mischling.

Hann var dökkhærður og dökkhærður; hálfgerður fransk-kanadískur.

Für Buck waren diese Männer von einer Art, die er noch nie zuvor gesehen hatte.

Fyrir Buck voru þessir menn af þeirri tegund sem hann hafði aldrei séð áður.

Er würde in den kommenden Tagen viele solcher Männer kennenlernen.

Hann myndi kynnast mörgum slíkum mönnum á komandi dögum.
Er konnte sie zwar nicht lieb gewinnen, aber er begann, sie zu respektieren.
Hann varð ekki hrifinn af þeim, en hann fór að virða þá.
Sie waren fair und weise und ließen sich von keinem Hund so leicht täuschen.
Þau voru sanngjörn og vitrir og hundar létu ekki blekkjast auðveldlega.
Sie beurteilten Hunde ruhig und bestraften sie nur, wenn es angebracht war.
Þeir dæmdu hunda rólega og refsuðu aðeins þegar þeir áttu það skilið.
Im Unterdeck der Narwhal trafen Buck und Curly zwei Hunde.
Á neðri þilfari Narwhalsins hittu Buck og Krullað tvo hunda.
Einer war ein großer weißer Hund aus dem fernen, eisigen Spitzbergen.
Annar var stór hvítur hundur frá fjarlægu, ískalda Spitsbergen.
Er war einmal mit einem Walfänger gesegelt und hatte sich einer Erkundungsgruppe angeschlossen.
Hann hafði einu sinni siglt með hvalveiðimanni og gengið til liðs við landmælingahóp.
Er war auf eine schlaue, hinterhältige und listige Art freundlich.
Hann var vingjarnlegur á lúmskan, undirförulan og slægan hátt.
Bei ihrer ersten Mahlzeit stahl er ein Stück Fleisch aus Bucks Pfanne.
Við fyrstu máltíð þeirra stal hann kjötbita af pönnu Bucks.
Buck sprang, um ihn zu bestrafen, aber François' Peitsche schlug zuerst zu.
Buck stökk til að refsa honum, en svipan frá François lenti fyrst.
Der weiße Dieb schrie auf und Buck holte sich den gestohlenen Knochen zurück.

Hvíti þjófurinn öskraði og Buck endurheimti stolna beinið.
Diese Fairness beeindruckte Buck und François verdiente sich seinen Respekt.
Þessi sanngirni vakti hrifningu Bucks og François ávann sér virðingu hans.
Der andere Hund grüßte nicht und wollte auch nichts zurück.
Hinn hundurinn heilsaði ekki og vildi ekkert í staðinn.
Er stahl weder Essen noch beschnüffelte er die Neuankömmlinge interessiert.
Hann stal hvorki mat né þefaði áhugasöm að nýkomunum.
Dieser Hund war grimmig und ruhig, düster und bewegte sich langsam.
Þessi hundur var hryggur og hljóður, drungalegur og hægfara.
Er warnte Curly, sich fernzuhalten, indem er sie einfach anstarrte.
Hann varaði Krullað við að halda sig fjarri með því einfaldlega að glápa á hana.
Seine Botschaft war klar: Lass mich in Ruhe, sonst gibt es Ärger.
Skilaboð hans voru skýr; látið mig í friði eða það verða vandræði.
Er hieß Dave und nahm seine Umgebung kaum wahr.
Hann hét Dave og tók varla eftir umhverfi sínu.
Er schlief oft, aß ruhig und gähnte ab und zu.
Hann svaf oft, borðaði rólega og geispaði öðru hvoru.

Das Schiff summte ständig, während unten der Propeller schlug.
Skipið suðaði stöðugt með sláandi skrúfunni fyrir neðan.
Die Tage vergingen, ohne dass sich viel änderte, aber das Wetter wurde kälter.
Dagarnir liðu án mikilla breytinga, en veðrið kólnaði.
Buck spürte es in seinen Knochen und bemerkte, dass es den anderen genauso ging.

Buck fann það í beinum sínum og tók eftir því að hinir gerðu það líka.
Dann blieb eines Morgens der Propeller stehen und alles war still.
Svo einn morguninn stoppaði skrúfan og allt varð kyrrt.
Eine Energie durchströmte das Schiff; etwas hatte sich verändert.
Orka fór um skipið; eitthvað hafði breyst.
François kam herunter, legte ihnen die Leinen an und brachte sie hoch.
François kom niður, batt þá í tauma og færði þá upp.
Buck stieg aus und fand den Boden weich, weiß und kalt.
Buck steig út og fann jörðina mjúka, hvíta og kalda.
Er sprang erschrocken zurück und schnaubte völlig verwirrt.
Hann stökk aftur á bak í ótta og fnösti í algjöru rugli.
Seltsames weißes Zeug fiel vom grauen Himmel.
Undarlegt hvítt efni féll af gráum himni.
Er schüttelte sich, aber die weißen Flocken landeten immer wieder auf ihm.
Hann hristi sig, en hvítu flögurnar héldu áfram að lenda á honum.
Er roch vorsichtig an dem weißen Zeug und leckte an ein paar eisigen Stückchen.
Hann þefaði vandlega af hvítu efninu og sleikti nokkra ískalda bita.
Das Pulver brannte wie Feuer und verschwand dann einfach von seiner Zunge.
Duftið brann eins og eldur og hvarf svo af tungu hans.
Buck versuchte es noch einmal und war verwirrt über die seltsame, verschwindende Kälte.
Buck reyndi aftur, undrandi yfir þessum undarlega, hverfandi kulda.
Die Männer um ihn herum lachten und Buck war verlegen.
Mennirnir í kringum hann hlógu og Buck fannst hann vandræðalegur.
Er wusste nicht warum, aber er schämte sich für seine Reaktion.

Hann vissi ekki af hverju, en hann skammaðist sín fyrir viðbrögð sín.
Es war seine erste Erfahrung mit Schnee und es verwirrte ihn.
Þetta var fyrsta reynsla hans af snjó og það ruglaði hann.

Das Gesetz von Keule und Fang
Lögmálið um kylfu og vígtennur

Bucks erster Tag am Strand von Dyea fühlte sich wie ein schrecklicher Albtraum an.
Fyrsti dagurinn hjá Buck á Dyea-ströndinni var eins og hræðileg martröð.
Jede Stunde brachte neue Schocks und unerwartete Veränderungen für Buck.
Hver klukkustund færði Buck ný áföll og óvæntar breytingar.
Er war aus der Zivilisation gerissen und ins wilde Chaos gestürzt worden.
Hann hafði verið dreginn úr siðmenningunni og kastað út í villt ringulreið.
Dies war kein sonniges, faules Leben mit Langeweile und Ruhe.
Þetta var ekkert sólríkt, letilegt líf með leiðindum og hvíld.
Es gab keinen Frieden, keine Ruhe und keinen Moment ohne Gefahr.
Þar var enginn friður, engin hvíld og engin stund án hættu.
Überall herrschte Verwirrung und die Gefahr war immer in der Nähe.
Ruglingur réði öllu og hættan var alltaf yfirvofandi.
Buck musste wachsam bleiben, denn diese Männer und Hunde waren anders.
Buck þurfti að vera vakandi því þessir menn og hundar voru ólíkir.
Sie kamen nicht aus der Stadt, sie waren wild und gnadenlos.
Þau voru ekki úr bæjum; þau voru villt og miskunnarlaus.
Diese Männer und Hunde kannten nur das Gesetz der Keule und der Reißzähne.
Þessir menn og hundar þekktu aðeins lögmálið um kylfu og vígtennur.
Buck hatte noch nie Hunde so kämpfen sehen wie diese wilden Huskys.

Buck hafði aldrei séð hunda berjast eins og þessa grimmu huskyhunda.
Seine erste Erfahrung lehrte ihn eine Lektion, die er nie vergessen würde.
Fyrsta reynsla hans kenndi honum lexíu sem hann myndi aldrei gleyma.
Er hatte Glück, dass er es nicht war, sonst wäre auch er gestorben.
Hann var heppinn að þetta var ekki hann, annars hefði hann líka dáið.
Curly war derjenige, der litt, während Buck zusah und lernte.
Það var Krullað sem þjáðist á meðan Buck horfði á og lærði.
Sie hatten ihr Lager in der Nähe eines aus Baumstämmen gebauten Ladens aufgeschlagen.
Þau höfðu sett upp tjaldbúðir nálægt verslun sem var byggð úr trjábolum.
Curly versuchte, einem großen, wolfsähnlichen Husky gegenüber freundlich zu sein.
Krullað reyndi að vera vingjarnlegur við stóran, úlfslíkan husky hund.
Der Husky war kleiner als Curly, sah aber wild und böse aus.
Husky-hundurinn var minni en Krullað, en leit villtur og grimmur út.
Ohne Vorwarnung sprang er auf und schlug ihr ins Gesicht.
Án viðvörunar stökk hann upp og skar hana í andlitið.
Seine Zähne schnitten in einer Bewegung von ihrem Auge bis zu ihrem Kiefer.
Tennur hans skáru frá auga hennar niður að kjálka í einni hreyfingu.
So kämpften Wölfe: Sie schlugen schnell zu und sprangen weg.
Svona börðust úlfar — börðust hratt og stukku í burtu.
Aber es gab mehr zu lernen als nur diesen einen Angriff.
En það var meira að læra en af þessari einu árás.

Dutzende Huskys stürmten herein und bildeten einen stillen Kreis.
Tugir huskyhunda þustu inn og mynduðu þögull hring.
Sie schauten aufmerksam zu und leckten sich hungrig die Lippen.
Þau horfðu grannt á og sleiktu sér um varirnar af hungri.
Buck verstand weder ihr Schweigen noch ihre begierigen Blicke.
Buck skildi hvorki þögn þeirra né ákaf augnaráð þeirra.
Curly stürzte sich ein zweites Mal auf den Husky, um ihn anzugreifen.
Krullað hljóp til að ráðast á husky-hundinn í annað sinn.
Mit einer kräftigen Bewegung seiner Brust warf er sie um.
Hann notaði bringuna til að fella hana með kröftugum hreyfingum.
Sie fiel auf die Seite und konnte nicht wieder aufstehen.
Hún féll á hliðina og gat ekki staðið upp aftur.
Darauf hatten die anderen die ganze Zeit gewartet.
Þetta var það sem hinir höfðu beðið eftir allan tímann.
Die Huskies sprangen sie an und jaulten und knurrten wie wild.
Husky-hundarnir stukku á hana, æptu og urruðu af æði.
Sie schrie, als sie unter einem Haufen Hunde begruben.
Hún öskraði þegar þeir grófu hana undir haug af hundum.
Der Angriff erfolgte so schnell, dass Buck vor Schreck erstarrte.
Árásin var svo hröð að Buck fraus kyrr af áfalli.
Er sah, wie Spitz die Zunge herausstreckte, als würde er lachen.
Hann sá Spitz stinga út tungunni á þann hátt sem leit út eins og hlátur.
François schnappte sich eine Axt und rannte direkt in die Hundegruppe hinein.
François greip öxi og hljóp beint inn í hundahópinn.
Drei weitere Männer halfen mit Knüppeln, die Huskies zu vertreiben.

Þrír aðrir menn notuðu kylfur til að hjálpa til við að reka husky-hundana í burtu.
In nur zwei Minuten war der Kampf vorbei und die Hunde waren verschwunden.
Eftir aðeins tvær mínútur var bardaganum lokið og hundarnir voru farnir.
Curly lag tot im roten, zertrampelten Schnee, ihr Körper war zerfetzt.
Krulluð lá dauð í rauða, troðnum snjónum, líkami hennar rifinn í sundur.
Ein dunkelhäutiger Mann stand über ihr und verfluchte die brutale Szene.
Dökkhærður maður stóð yfir henni og formælti hrottalegu atriðinu.
Die Erinnerung blieb bei Buck und verfolgte ihn nachts in seinen Träumen.
Minningin lifði með Buck og ásótti drauma hans á nóttunni.
So war es hier: keine Fairness, keine zweite Chance.
Þannig var það hér; engin réttlæti, ekkert annað tækifæri.
Sobald ein Hund fiel, töteten die anderen ihn gnadenlos.
Þegar hundur féll, drápu hinir hann miskunnarlaust.
Buck beschloss damals, dass er niemals zulassen würde, dass er fällt.
Buck ákvað þá að hann myndi aldrei leyfa sér að falla.
Spitz streckte erneut die Zunge heraus und lachte über das Blut.
Spitz stakk aftur út tungunni og hló að blóðinu.
Von diesem Moment an hasste Buck Spitz aus vollem Herzen.
Frá þeirri stundu hataði Buck Spitz af öllu hjarta.

Bevor Buck sich von Curlys Tod erholen konnte, passierte etwas Neues.
Áður en Buck gat jafnað sig eftir dauða Krulluð gerðist eitthvað nýtt.
François kam herüber und schnallte etwas um Bucks Körper.
François kom til og spennti eitthvað utan um líkama Bucks.

Es war ein Geschirr wie das, das auf der Ranch für Pferde verwendet wurde.
Þetta var beisli eins og þau sem notuð eru á hestum á búgarðinum.
Buck hatte gesehen, wie Pferde arbeiteten, und nun musste auch er arbeiten.
Eins og Buck hafði séð hesta vinna, var hann nú líka látinn vinna.
Er musste François auf einem Schlitten in den nahegelegenen Wald ziehen.
Hann þurfti að draga François á sleða inn í skóginn í nágrenninu.
Anschließend musste er eine Ladung schweres Brennholz zurückziehen.
Þá þurfti hann að draga til baka hlass af þungum eldiviði.
Buck war stolz und deshalb tat es ihm weh, wie ein Arbeitstier behandelt zu werden.
Buck var stoltur, svo það særði hann að vera meðhöndlaður eins og vinnudýr.
Aber er war klug und versuchte nicht, gegen die neue Situation anzukämpfen.
En hann var vitur og reyndi ekki að berjast við nýju aðstæðurnar.
Er akzeptierte sein neues Leben und gab bei jeder Aufgabe sein Bestes.
Hann tók nýja lífinu fagnandi og lagði sig allan fram í hverju verki.
Alles an der Arbeit war ihm fremd und ungewohnt.
Allt við verkið var honum framandi og ókunnugt.
François war streng und verlangte unverzüglichen Gehorsam.
Frans var strangur og krafðist hlýðni án tafar.
Seine Peitsche sorgte dafür, dass jeder Befehl sofort befolgt wurde.
Svipan hans tryggði að hverri skipun væri fylgt samstundis.
Dave war der Schlittenführer, der Hund, der dem Schlitten hinter Buck am nächsten war.

Dave var hjólreiðamaðurinn, hundurinn sem var næstur sleðanum á eftir Buck.

Dave biss Buck in die Hinterbeine, wenn er einen Fehler machte.

Dave beit Buck í afturfæturna ef hann gerði mistök.

Spitz war der Leithund und in dieser Rolle geschickt und erfahren.

Spitz var leiðtogahundurinn, hæfur og reynslumikill í hlutverkinu.

Spitz konnte Buck nicht leicht erreichen, korrigierte ihn aber trotzdem.

Spitz náði ekki auðveldlega til Bucks, en leiðrétti hann samt.

Er knurrte barsch oder zog den Schlitten auf eine Art, die Buck etwas beibrachte.

Hann urraði harkalega eða dró sleðann á þann hátt sem kenndi Buck.

Durch dieses Training lernte Buck schneller, als alle erwartet hatten.

Í þessari þjálfun lærði Buck hraðar en nokkur þeirra bjóst við.

Er hat hart gearbeitet und sowohl von François als auch von den anderen Hunden gelernt.

Hann vann hörðum höndum og lærði bæði af François og hinum hundunum.

Als sie zurückkamen, kannte Buck die wichtigsten Befehle bereits.

Þegar þau komu aftur kunni Buck þegar lykilskipanirnar.

Von François hat er gelernt, beim Laut „ho" anzuhalten.

Hann lærði að stoppa við hljóðið „hó" frá François.

Er lernte, wann er den Schlitten ziehen und rennen musste.

Hann lærði þegar hann þurfti að draga sleðann og hlaupa.

Er lernte, in den Kurven des Weges ohne Probleme weit abzubiegen.

Hann lærði að beygja breitt í beygjum á slóðanum án vandræða.

Er lernte auch, Dave auszuweichen, wenn der Schlitten schnell bergab fuhr.

Hann lærði líka að forðast Dave þegar sleðinn fór hratt niður á við.

„Das sind sehr gute Hunde", sagte François stolz zu Perrault.
„Þetta eru mjög góðir hundar," sagði François stoltur við Perrault.

„Dieser Buck zieht wie der Teufel – ich bringe ihm das so schnell bei, wie ich nur kann."
„Þessi Buck togar eins og helvíti — ég kenni honum það eins fljótt og auðið er."

Später am Tag kam Perrault mit zwei weiteren Huskys zurück.
Seinna sama dag kom Perrault aftur með tvo husky-hunda til viðbótar.

Ihre Namen waren Billee und Joe und sie waren Brüder.
Þeir hétu Billee og Joe og voru bræður.

Sie stammten von derselben Mutter, waren sich aber überhaupt nicht ähnlich.
Þau komu frá sömu móður en voru alls ekki eins.

Billee war gutmütig und zu allen sehr freundlich.
Billee var ljúfmannleg og mjög vingjarnleg við alla.

Joe war das Gegenteil – ruhig, wütend und immer am Knurren.
Joe var andstæðan — rólegur, reiður og alltaf urrandi.

Buck begrüßte sie freundlich und blieb beiden gegenüber ruhig.
Buck heilsaði þeim vingjarnlega og var rólegur við bæði.

Dave schenkte ihnen keine Beachtung und blieb wie üblich still.
Dave gaf þeim engan gaum og þagði eins og venjulega.

Um seine Dominanz zu demonstrieren, griff Spitz zuerst Billee und dann Joe an.
Spitz réðst fyrst á Billee, síðan Joe, til að sýna yfirburði sína.

Billee wedelte mit dem Schwanz und versuchte, freundlich zu Spitz zu sein.
Billee veifaði rófunni og reyndi að vera vingjarnlegur við Spitz.

Als das nicht funktionierte, versuchte er stattdessen wegzulaufen.
Þegar það virkaði ekki reyndi hann að flýja í staðinn.
Er weinte traurig, als Spitz ihn fest in die Seite biss.
Hann grét dapurlega þegar Spitz beit hann fast í hliðina.
Aber Joe war ganz anders und ließ sich nicht einschüchtern.
En Jói var mjög ólíkur og vildi ekki láta leggja í einelti.
Jedes Mal, wenn Spitz näher kam, drehte sich Joe schnell um, um ihm in die Augen zu sehen.
Í hvert skipti sem Spitz kom nærri sneri Joe sér hratt við til að horfast í augu við hann.
Sein Fell sträubte sich, seine Lippen kräuselten sich und seine Zähne schnappten wild.
Feldurinn hans gnæfði, varirnar krulluðust og tennurnar brotnuðu villt.
Joes Augen glänzten vor Angst und Wut und forderten Spitz heraus, zuzuschlagen.
Augu Joes glitruðu af ótta og reiði og ögruðu Spitz til að ráðast til höggs.
Spitz gab den Kampf auf und wandte sich gedemütigt und wütend ab.
Spitz gafst upp á bardaganum og sneri sér undan, auðmýktur og reiður.
Er ließ seine Frustration an dem armen Billee aus und jagte ihn davon.
Hann lét gremju sína út á vesalings Billee og rak hann í burtu.
An diesem Abend fügte Perrault dem Team einen weiteren Hund hinzu.
Um kvöldið bætti Perrault einum hundi í viðbót við hópinn.
Dieser Hund war alt, mager und mit Kampfnarben übersät.
Þessi hundur var gamall, grannur og þakinn örum eftir bardaga.
Eines seiner Augen fehlte, doch das andere blitzte kraftvoll auf.
Annað augað hans vantaði, en hitt glóði af krafti.
Der neue Hund hieß Solleks, was „der Wütende" bedeutet.
Nýi hundurinn hét Solleks, sem þýddi Hinn reiði.

Wie Dave verlangte Solleks nichts von anderen und gab nichts zurück.
Eins og Dave bað Solleks ekki aðra um neitt og gaf ekkert til baka.
Als Solleks langsam ins Lager ging, blieb sogar Spitz fern.
Þegar Solleks gekk hægt inn í búðirnar, hélt jafnvel Spitz sig fjarri.
Er hatte eine seltsame Angewohnheit, die Buck unglücklicherweise entdeckte.
Hann hafði undarlegan vana sem Buck var óheppinn að uppgötva.
Solleks hasste es, von der Seite angesprochen zu werden, auf der er blind war.
Solleks hataði að vera nálgast af þeirri hlið þar sem hann var blindur.
Buck wusste das nicht und machte diesen Fehler versehentlich.
Buck vissi þetta ekki og gerði þessi mistök fyrir slysni.
Solleks wirbelte herum und versetzte Buck einen schnellen, tiefen Schlag auf die Schulter.
Solleks sneri sér við og skar Buck djúpt og hratt í öxlina.
Von diesem Moment an kam Buck nie wieder in die Nähe von Solleks' blinder Seite.
Frá þeirri stundu kom Buck aldrei nálægt blindhlið Solleks.
Für den Rest ihrer gemeinsamen Zeit gab es nie wieder Probleme.
Þau lentu aldrei í vandræðum aftur það sem eftir var af tímanum sem þau voru saman.
Solleks wollte nur in Ruhe gelassen werden, wie der ruhige Dave.
Solleks vildi bara vera í friði, eins og hljóði Dave.
Doch Buck erfuhr später, dass jeder von ihnen ein anderes geheimes Ziel hatte.
En Buck myndi síðar komast að því að þau höfðu hvort um sig annað leynilegt markmið.
In dieser Nacht stand Buck vor einer neuen und beunruhigenden Herausforderung: Wie sollte er schlafen?

Um nóttina stóð Buck frammi fyrir nýrri og erfiðri áskorun — hvernig ætti hann að sofa.

Das Zelt leuchtete warm im Kerzenlicht auf dem schneebedeckten Feld.

Tjaldið glóði hlýlega af kertaljósi í snæviþöktum reitnum.

Buck ging hinein und dachte, er könnte sich dort wie zuvor ausruhen.

Buck gekk inn og hugsaði sér að þar gæti hann hvílst eins og áður.

Aber Perrault und François schrien ihn an und warfen Pfannen.

En Perrault og François öskruðu á hann og köstuðu pönnum.

Schockiert und verwirrt rannte Buck in die eisige Kälte hinaus.

Í áfalli og ruglaður hljóp Buck út í ísinn.

Ein bitterkalter Wind stach ihm in die verletzte Schulter und ließ seine Pfoten erfrieren.

Beiskur vindur stakk særða öxlina hans og fraus loppurnar.

Er legte sich in den Schnee und versuchte, im Freien zu schlafen.

Hann lagðist niður í snjóinn og reyndi að sofa úti í opnu landi.

Doch die Kälte zwang ihn bald, heftig zitternd wieder aufzustehen.

En kuldinn neyddi hann fljótlega til að standa aftur upp, skjálfandi illa.

Er wanderte durch das Lager und versuchte, ein wärmeres Plätzchen zu finden.

Hann reikaði um tjaldstæðið og reyndi að finna hlýrri stað.

Aber jede Ecke war genauso kalt wie die vorherige.

En hvert horn var jafn kalt og það fyrra.

Manchmal sprangen ihn wilde Hunde aus der Dunkelheit an.

Stundum stukku villtir hundar að honum úr myrkrinu.

Buck sträubte sein Fell, fletschte die Zähne und knurrte warnend.

Buck strauk feldinn, sýndi tennurnar og urraði viðvörunarhljóð.

Er lernte schnell und die anderen Hunde zogen sich schnell zurück.
Hann var fljótur að læra og hinir hundarnir hættu fljótt.
Trotzdem hatte er keinen Platz zum Schlafen und keine Ahnung, was er tun sollte.
Samt hafði hann engan stað til að sofa og vissi ekki hvað hann ætti að gera.
Endlich kam ihm ein Gedanke: Er sollte nach seinen Teamkollegen sehen.
Loksins datt honum í hug — athuga með liðsfélagana sína.
Er kehrte in ihre Gegend zurück und war überrascht, dass sie verschwunden waren.
Hann sneri aftur á svæðið þeirra og varð undrandi að sjá þau farin.
Erneut durchsuchte er das Lager, konnte sie jedoch immer noch nicht finden.
Hann leitaði aftur í búðunum en fann þá ekki.
Er wusste, dass sie nicht im Zelt sein durften, sonst wäre er auch dort gewesen.
Hann vissi að þau mættu ekki vera í tjaldinu, annars yrði hann það líka.
Wo also waren all die Hunde in diesem eisigen Lager geblieben?
Hvert voru allir hundarnir þá farnir í þessum frosnu búðum?
Buck, kalt und elend, umrundete langsam das Zelt.
Buck, kaldur og vansæll, gekk hægt í hringi umhverfis tjaldið.
Plötzlich sanken seine Vorderbeine in den weichen Schnee und er erschrak.
Skyndilega sukku framfætur hans ofan í mjúkan snjó og hræddu hann.
Etwas zappelte unter seinen Füßen und er sprang ängstlich zurück.
Eitthvað kipptist til undir fótum hans og hann stökk aftur á bak af ótta.
Er knurrte und fauchte, ohne zu wissen, was sich unter dem Schnee verbarg.

Hann urraði og urraði, án þess að vita hvað leynist undir snjónum.

Dann hörte er ein freundliches kleines Bellen, das seine Angst linderte.

Þá heyrði hann vingjarnlegt lítið gelt sem róaði ótta hans.

Er schnüffelte in der Luft und kam näher, um zu sehen, was verborgen war.

Hann þefaði út í loftið og kom nær til að sjá hvað leyndist.

Unter dem Schnee lag, zu einer warmen Kugel zusammengerollt, der kleine Billee.

Undir snjónum, krullaður saman í hlýjan kúlu, lá litli Billee.

Billee wedelte mit dem Schwanz und leckte Bucks Gesicht zur Begrüßung.

Billee veifaði rófunni og sleikti andlit Bucks til að heilsa honum.

Buck sah, wie Billee im Schnee einen Schlafplatz gebaut hatte.

Buck sá hvernig Billee hafði búið til svefnstað í snjónum.

Er hatte sich eingegraben und nutzte seine eigene Wärme, um sich warm zu halten.

Hann hafði grafið sig niður og notað sinn eigin hita til að halda á sér hita.

Buck hatte eine weitere Lektion gelernt – so schliefen die Hunde.

Buck hafði lært aðra lexíu — svona sváfu hundarnir.

Er suchte sich eine Stelle aus und begann, sein eigenes Loch in den Schnee zu graben.

Hann valdi sér stað og byrjaði að grafa sína eigin holu í snjónum.

Anfangs bewegte er sich zu viel und verschwendete Energie.

Í fyrstu hreyfði hann sig of mikið og sóaði orku.

Doch bald erwärmte sein Körper den Raum und er fühlte sich sicher.

En fljótlega hlýjaði líkami hans rýmið og hann fann fyrir öryggi.

Er rollte sich fest zusammen und schlief bald fest.

Hann krullaði sig þétt saman og áður en langt um leið var hann sofnaður fast.
Der Tag war lang und hart gewesen und Buck war erschöpft.
Dagurinn hafði verið langur og erfiður og Buck var úrvinda.
Er schlief tief und fest, obwohl seine Träume wild waren.
Hann svaf djúpt og þægilega, þótt draumarnir væru villtir.
Er knurrte und bellte im Schlaf und wand sich im Traum.
Hann urraði og gelti í svefni sínum, snéri sér við í draumnum.

Buck wachte erst auf, als im Lager bereits Leben erwachte.
Buck vaknaði ekki fyrr en búðirnar voru þegar farnar að lifna við.
Zuerst wusste er nicht, wo er war oder was passiert war.
Í fyrstu vissi hann ekki hvar hann var eða hvað hafði gerst.
Über Nacht war Schnee gefallen und hatte seinen Körper vollständig begraben.
Snjór hafði fallið í nótt og grafið lík hans alveg.
Der Schnee umgab ihn von allen Seiten dicht.
Snjórinn þrýsti sér að honum, þéttur á allar hliðar.
Plötzlich durchfuhr eine Welle der Angst Bucks ganzen Körper.
Skyndilega fór óttabylgja um allan líkama Bucks.
Es war die Angst, gefangen zu sein, eine Angst aus tiefen Instinkten.
Það var óttinn við að vera fastur, ótti sem kom frá djúpum eðlishvötum.
Obwohl er noch nie eine Falle gesehen hatte, lebte die Angst in ihm.
Þótt hann hefði aldrei séð gildru, bjó óttinn innra með honum.
Er war ein zahmer Hund, aber jetzt erwachten seine alten wilden Instinkte.
Hann var tamur hundur, en nú voru gömlu villtu eðlishvöt hans að vakna.
Bucks Muskeln spannten sich an und sein Fell stellte sich auf seinem ganzen Rücken auf.
Vöðvar Bucks spenntust og feldurinn reis upp um allan bak hans.

Er knurrte wild und sprang senkrecht durch den Schnee nach oben.
Hann urraði grimmilega og stökk beint upp í gegnum snjóinn.
Als er ins Tageslicht trat, flog Schnee in alle Richtungen.
Snjórinn flaug í allar áttir þegar hann braust út í dagsbirtuna.
Schon vor der Landung sah Buck das Lager vor sich ausgebreitet.
Jafnvel áður en Buck lenti sá hann herbúðirnar teygja sig út fyrir framan sig.
Er erinnerte sich auf einmal an alles vom Vortag.
Hann mundi allt frá deginum áður, allt í einu.
Er erinnerte sich daran, wie er mit Manuel spazieren gegangen war und an diesem Ort gelandet war.
Hann mundi eftir að hafa rölt með Manuel og endað á þessum stað.
Er erinnerte sich daran, wie er das Loch gegraben hatte und in der Kälte eingeschlafen war.
Hann mundi eftir að hafa grafið holuna og sofnað í kuldanum.
Jetzt war er wach und die wilde Welt um ihn herum war klar.
Nú var hann vakinn og villiheimurinn í kringum hann var bjartur.
Ein Ruf von François begrüßte Bucks plötzliches Auftauchen.
Óp frá François fagnaði skyndilegri komu Bucks.
„Was habe ich gesagt?", rief der Hundeführer Perrault laut zu.
„Hvað sagði ég?" hrópaði hundaeigandinn hátt til Perraults.
„Dieser Buck lernt wirklich sehr schnell", fügte François hinzu.
„Þessi Buck lærir svo sannarlega fljótt," bætti François við.
Perrault nickte ernst und war offensichtlich mit dem Ergebnis zufrieden.
Perrault kinkaði kolli alvarlega, greinilega ánægður með niðurstöðuna.
Als Kurier für die kanadische Regierung beförderte er Depeschen.

Sem sendiboði fyrir kanadísku ríkisstjórnina flutti hann sendingar.
Er war bestrebt, die besten Hunde für seine wichtige Mission zu finden.
Hann var ákafur að finna bestu hundana fyrir mikilvægt verkefni sitt.
Er war besonders erfreut, dass Buck nun Teil des Teams war.
Hann var sérstaklega ánægður nú að Buck væri hluti af hópnum.
Innerhalb einer Stunde kamen drei weitere Huskies zum Team hinzu.
Þrír huskyhundar til viðbótar bættust í hópinn innan klukkustundar.
Damit betrug die Gesamtzahl der Hunde im Team neun.
Þar með voru hundarnir í liðinu orðnir níu talsins.
Innerhalb von fünfzehn Minuten lagen alle Hunde im Geschirr.
Innan fimmtán mínútna voru allir hundarnir komnir í beisli sín.
Das Schlittenteam schwang sich den Weg hinauf in Richtung Dyea Cañon.
Sleðaliðið var að sveifla upp slóðann í átt að Dyea Cañon.
Buck war froh, gehen zu können, auch wenn die Arbeit, die vor ihm lag, hart war.
Buck var ánægður með að vera að fara, jafnvel þótt verkið framundan væri erfitt.
Er stellte fest, dass er weder die Arbeit noch die Kälte besonders verabscheute.
Hann fann að hann fyrirleit ekki vinnuna né kuldann sérstaklega.
Er war überrascht von der Begeisterung, die das gesamte Team erfüllte.
Hann varð hissa á þeim áhuga sem fyllti allt liðið.
Noch überraschender war die Veränderung, die bei Dave und Solleks vor sich ging.
Enn óvæntara var sú breyting sem hafði orðið á Dave og Solleks.

Diese beiden Hunde waren völlig unterschiedlich, als sie ein Geschirr trugen.
Þessir tveir hundar voru gjörólíkir þegar þeir voru í beisli.
Ihre Passivität und Sorglosigkeit waren völlig verschwunden.
Þögn þeirra og áhugaleysi var alveg horfið.
Sie waren aufmerksam und aktiv und bestrebt, ihre Arbeit gut zu machen.
Þau voru vakandi og virk og vildu vinna verk sín vel.
Sie reagierten äußerst verärgert über alles, was zu Verzögerungen oder Verwirrung führte.
Þeir urðu afar pirraðir yfir öllu sem olli töfum eða ruglingi.
Die harte Arbeit an den Zügeln stand im Mittelpunkt ihres gesamten Wesens.
Erfiði taumhaldið var kjarninn í allri þeirra tilveru.
Das Schlittenziehen schien das Einzige zu sein, was ihnen wirklich Spaß machte.
Sleðadráttur virtist vera það eina sem þeim fannst virkilega gaman að gera.
Dave war am Ende der Gruppe und dem Schlitten am nächsten.
Dave var aftast í hópnum, næst sleðanum sjálfum.
Buck landete vor Dave und Solleks zog an Buck vorbei.
Buck var settur fyrir framan Dave og Solleks dró sig á undan Buck.
Die übrigen Hunde liefen in einer Reihe vorn.
Hinir hundarnir voru tengdir á undan í einni röð.
Die Führungsposition an der Spitze besetzte Spitz.
Spitz fyllti fremsta sætið.
Buck war zur Einweisung zwischen Dave und Solleks platziert worden.
Buck hafði verið settur á milli Dave og Solleks til kennslu.
Er lernte schnell und sie waren strenge und fähige Lehrer.
Hann var fljótur að læra og þeir voru ákveðnir og færir kennarar.
Sie ließen nie zu, dass Buck lange im Irrtum blieb.
Þeir leyfðu Buck aldrei að vera lengi á villigötum.

Sie erteilten ihre Lektionen, wenn nötig, mit scharfen Zähnen.
Þeir kenndu lexíurnar sínar með beittum tönnum þegar þörf krefði.
Dave war fair und zeigte eine ruhige, ernste Art von Weisheit.
Dave var sanngjarn og sýndi hljóðláta og alvarlega visku.
Er hat Buck nie ohne guten Grund gebissen.
Hann beit aldrei Buck án þess að hafa góða ástæðu til þess.
Aber er hat es nie versäumt, zuzubeißen, wenn Buck eine Korrektur brauchte.
En hann brást aldrei við að bíta þegar Buck þurfti leiðréttingu.
François' Peitsche war immer bereit und untermauerte ihre Autorität.
Svipa François var alltaf tilbúin og studdi vald þeirra.
Buck merkte bald, dass es besser war zu gehorchen, als sich zu wehren.
Buck komst fljótt að því að betra var að hlýða en að berjast á móti.
Einmal verhedderte sich Buck während einer kurzen Pause in den Zügeln.
Einu sinni, í stuttri hvíld, flæktist Buck í taumunum.
Er verzögerte den Start und brachte die Bewegungen des Teams durcheinander.
Hann seinkaði ræsingunni og ruglaði hreyfingu liðsins.
Dave und Solleks stürzten sich auf ihn und verprügelten ihn brutal.
Dave og Solleks flugu á hann og börðu hann harkalega.
Das Gewirr wurde nur noch schlimmer, aber Buck lernte seine Lektion.
Flækjan versnaði bara, en Buck lærði sína lexíu vel.
Von da an hielt er die Zügel straff und arbeitete vorsichtig.
Þaðan í frá hélt hann taumunum stífum og vann vandlega.
Bevor der Tag zu Ende war, hatte Buck einen Großteil seiner Aufgabe gemeistert.
Áður en deginum lauk hafði Buck náð tökum á stórum hluta verkefnisins.

Seine Teamkollegen hörten fast auf, ihn zu korrigieren oder zu beißen.
Liðsfélagar hans hættu næstum því að leiðrétta hann eða bíta.
François' Peitsche knallte immer seltener durch die Luft.
Svipa François braust sjaldnar og sjaldnar í loftinu.
Perrault hob sogar Bucks Füße an und untersuchte sorgfältig jede Pfote.
Perrault lyfti meira að segja fótum Bucks og skoðaði vandlega hverja loppu.
Es war ein harter Tageslauf gewesen, lang und anstrengend für alle.
Þetta hafði verið erfiður hlaupadagur, langur og þreytandi fyrir þau öll.
Sie reisten den Cañon hinauf, durch Sheep Camp und an den Scales vorbei.
Þau ferðuðust upp Cañon, í gegnum Sheep Camp og framhjá Scales.
Sie überquerten die Baumgrenze, dann Gletscher und meterhohe Schneeverwehungen.
Þau fóru yfir skógarmörkin, síðan jökla og margra feta djúpa snjóskafla.
Sie erklommen die große, kalte und unwirtliche Chilkoot-Wasserscheide.
Þau klifru upp hina miklu, köldu og ógnvekjandi Chilkoot-kvísl.
Dieser hohe Bergrücken lag zwischen Salzwasser und dem gefrorenen Landesinneren.
Þessi hái hryggur stóð á milli saltvatns og frosnu innri jarðar.
Die Berge bewachten den traurigen und einsamen Norden mit Eis und steilen Anstiegen.
Fjöllin vörðuðu hið dapurlega og einmana norðurland með ís og bröttum brekkum.
Sie kamen gut voran und erreichten eine lange Kette von Seen unterhalb der Wasserscheide.
Þau nutu góðs tíma niður langa keðju vatna fyrir neðan skilin.
Diese Seen füllten die alten Krater erloschener Vulkane.
Þessi vötn fylltu forna gíga útdauðra eldfjalla.

Spät in der Nacht erreichten sie ein großes Lager am Lake Bennett.
Seint um kvöldið komu þeir að stórum tjaldbúðum við Bennett-vatn.
Tausende Goldsucher waren dort und bauten Boote für den Frühling.
Þúsundir gullleitenda voru þar að smíða báta fyrir vorið.
Das Eis würde bald aufbrechen und sie mussten bereit sein.
Ísinn myndi brátt brotna og þeir urðu að vera viðbúnir.
Buck grub sein Loch in den Schnee und fiel in einen tiefen Schlaf.
Buck gróf holu sína í snjónum og sofnaði djúpt.
Er schlief wie ein Arbeiter, erschöpft von einem harten Arbeitstag.
Hann svaf eins og verkamaður, úrvinda eftir erfiðan dag.
Doch zu früh wurde er in der Dunkelheit aus dem Schlaf gerissen.
En of snemma í myrkrinu var hann dreginn upp úr svefni.
Er wurde wieder mit seinen Kumpels angeschirrt und vor den Schlitten gespannt.
Hann var beislaður aftur með félögum sínum og festur við sleðann.
An diesem Tag legten sie sechzig Kilometer zurück, weil der Schnee festgetreten war.
Þann dag óku þau fjörutíu mílur, því að snjórinn var vel troðinn.
Am nächsten Tag und noch viele Tage danach war der Schnee weich.
Daginn eftir, og í marga daga á eftir, var snjórinn mjúkur.
Sie mussten den Weg selbst bahnen, härter arbeiten und langsamer vorankommen.
Þau urðu að leggja leiðina sjálf, vinna meira og fara hægar.
Normalerweise ging Perrault mit Schwimmhäuten an den Schneeschuhen vor dem Team her.
Venjulega gekk Perrault á undan liðinu á snjóþrúgum með vefjum.

Seine Schritte verdichteten den Schnee und erleichterten so die Fortbewegung des Schlittens.
Skref hans þjöppuðu snjóinn og auðveldaði sleðanum að hreyfast.
François, der vom Steuerstand aus steuerte, übernahm manchmal die Kontrolle.
François, sem stýrði frá stönginni, tók stundum við.
Aber es kam selten vor, dass François die Führung übernahm
En það var sjaldgæft að François tæki forystuna.
weil Perrault es eilig hatte, die Briefe und Pakete auszuliefern.
því að Perrault var í óðaönn að afhenda bréfin og pakkana.
Perrault war stolz auf sein Wissen über Schnee und insbesondere Eis.
Perrault var stoltur af þekkingu sinni á snjó, og sérstaklega ís.
Dieses Wissen war von entscheidender Bedeutung, da das Eis im Herbst gefährlich dünn war.
Sú þekking var nauðsynleg, því haustísinn var hættulega þunnur.
Wo das Wasser unter der Oberfläche schnell floss, gab es überhaupt kein Eis.
Þar sem vatn rann hratt undir yfirborðinu var enginn ís yfir höfuð.

Tag für Tag wiederholte sich endlos die gleiche Routine.
Dag eftir dag endurtók sama rútínan sig án enda.
Buck arbeitete unermüdlich von morgens bis abends in den Zügeln.
Buck stritaði endalaust í taumunum frá dögun til kvölds.
Sie verließen das Lager im Dunkeln, lange bevor die Sonne aufgegangen war.
Þau yfirgáfu tjaldbúðirnar í myrkrinu, löngu áður en sólin var komin upp.
Als es Tag wurde, hatten sie bereits viele Kilometer zurückgelegt.
Þegar dagsbirta rann voru margar mílur þegar að baki þeim.

Sie schlugen ihr Lager nach Einbruch der Dunkelheit auf, aßen Fisch und gruben sich in den Schnee ein.
Þau settu upp tjaldbúðir eftir að myrkrið skall á, borðuðu fisk og grófu sig í snjó.
Buck war immer hungrig und mit seiner Ration nie wirklich zufrieden.
Buck var alltaf svangur og aldrei alveg ánægður með matinn sinn.
Er erhielt jeden Tag anderthalb Pfund getrockneten Lachs.
Hann fékk eitt og hálft pund af þurrkuðum laxi á hverjum degi.
Doch das Essen schien in ihm zu verschwinden und ließ den Hunger zurück.
En maturinn virtist hverfa innra með honum og skildi hungrið eftir.
Er litt unter ständigem Hunger und träumte von mehr Essen.
Hann þjáðist af stöðugum hungurkvölum og dreymdi um meiri mat.
Die anderen Hunde haben nur ein Pfund abgenommen, sind aber stark geblieben.
Hinir hundarnir fengu aðeins eitt pund af mat, en þeir héldu áfram að vera sterkir.
Sie waren kleiner und in das Leben im Norden hineingeboren.
Þau voru minni og höfðu fæðst inn í lífið á norðlægum slóðum.
Er verlor rasch die Sorgfalt, die sein früheres Leben geprägt hatte.
Hann missti fljótt þá nákvæmni sem hafði einkennt fyrra líf hans.
Er war ein gieriger Esser gewesen, aber jetzt war das nicht mehr möglich.
Hann hafði verið mikill matarlystarmaður, en nú var það ekki lengur mögulegt.
Seine Kameraden waren zuerst fertig und raubten ihm seine noch nicht aufgegessene Ration.

Félagar hans kláruðu fyrstir og rændu honum ókláruðum skammti hans.
Als sie einmal damit anfingen, gab es keine Möglichkeit mehr, sein Essen vor ihnen zu verteidigen.
Þegar þeir voru byrjaðir var engin leið að verja matinn hans fyrir þeim.
Während er zwei oder drei Hunde abwehrte, stahlen die anderen den Rest.
Á meðan hann barðist við tvo eða þrjá hunda, stálu hinir afganginum.
Um dies zu beheben, begann er, so schnell zu essen wie die anderen.
Til að laga þetta byrjaði hann að borða jafn hratt og hinir borðuðu.
Der Hunger trieb ihn so sehr an, dass er sogar Essen zu sich nahm, das ihm nicht gehörte.
Hungrið ýtti svo mikið undir hann að hann borðaði jafnvel mat sem ekki var hans eigin.
Er beobachtete die anderen und lernte schnell aus ihren Handlungen.
Hann fylgdist með hinum og lærði fljótt af gjörðum þeirra.
Er sah, wie Pike, ein neuer Hund, Perrault eine Scheibe Speck stahl.
Hann sá Pike, nýjan hund, stela beikonsneið frá Perrault.
Pike hatte gewartet, bis Perrault sich umdrehte, um den Speck zu stehlen.
Pike hafði beðið þangað til Perrault hafði snúið baki við til að stela beikoninu.
Am nächsten Tag machte Buck es Pike nach und stahl das ganze Stück.
Daginn eftir hermdi Buck eftir Pike og stal öllum klumpnum.
Es folgte ein großer Aufruhr, doch Buck wurde nicht verdächtigt.
Mikil uppnámi fylgdi í kjölfarið, en Buck var ekki grunaður.
Stattdessen wurde Dub bestraft, ein tollpatschiger Hund, der immer erwischt wurde.

Dub, klaufalegur hundur sem alltaf var gripinn, var refsað í staðinn.

Dieser erste Diebstahl machte Buck zu einem Hund, der in der Lage war, im Norden zu überleben.

Þessi fyrsti þjófnaður markaði Buck sem hund sem hæfan til að lifa af í norðri.

Er zeigte, dass er sich an neue Bedingungen anpassen und schnell lernen konnte.

Hann sýndi að hann gat aðlagað sig að nýjum aðstæðum og lært hratt.

Ohne diese Anpassungsfähigkeit wäre er schnell und auf schlimme Weise gestorben.

Án slíkrar aðlögunarhæfni hefði hann dáið hratt og illa.

Es markierte auch den Zusammenbruch seiner moralischen Natur und seiner früheren Werte.

Það markaði einnig niðurbrot siðferðislegs eðlis hans og fyrri gildi.

Im Südland hatte er nach dem Gesetz der Liebe und Güte gelebt.

Á Suðurlandi hafði hann lifað undir lögmáli kærleika og góðvildar.

Dort war es sinnvoll, Eigentum und die Gefühle anderer Hunde zu respektieren.

Þar var skynsamlegt að virða eignir og tilfinningar annarra hunda.

Aber das Nordland befolgte das Gesetz der Keule und das Gesetz der Reißzähne.

En Norðurlandið fylgdi lögum um kylfu og lögum um vígtennur.

Wer hier alte Werte respektierte, war dumm und würde scheitern.

Sá sem virti gömul gildi hér var heimskur og myndi mistakast.

Buck hat das alles nicht durchdacht.

Buck hugsaði ekki allt þetta út í huga sér.

Er war fit und passte sich daher an, ohne darüber nachdenken zu müssen.

Hann var í formi og aðlagaði sig því án þess að þurfa að hugsa.

Sein ganzes Leben lang war er noch nie vor einem Kampf davongelaufen.

Alla ævi hafði hann aldrei flúið bardaga.

Doch die Holzkeule des Mannes im roten Pullover änderte diese Regel.

En trékylfan hjá manninum í rauða peysunni breytti þeirri reglu.

Jetzt folgte er einem tieferen, älteren Code, der in sein Wesen eingeschrieben war.

Nú fylgdi hann dýpri, eldri kóða sem var ritaður í veru hans.

Er stahl nicht aus Vergnügen, sondern aus Hunger.

Hann stal ekki af ánægju, heldur af hungursneyð.

Er raubte nie offen, sondern stahl mit List und Sorgfalt.

Hann rændi aldrei opinberlega, heldur stal af lævísi og gætni.

Er handelte aus Respekt vor der Holzkeule und aus Angst vor dem Fangzahn.

Hann gerði það af virðingu fyrir trékylfunni og ótta við vígtennuna.

Kurz gesagt, er hat das getan, was einfacher und sicherer war, als es nicht zu tun.

Í stuttu máli gerði hann það sem var auðveldara og öruggara en að gera það ekki.

Seine Entwicklung – oder vielleicht seine Rückkehr zu alten Instinkten – verlief schnell.

Þroski hans — eða kannski afturhvarf hans til gamalla eðlishvöta — var hraður.

Seine Muskeln verhärteten sich, bis sie sich stark wie Eisen anfühlten.

Vöðvarnir hans harðnuðu þar til þeir voru eins sterkir og járn.

Schmerzen machten ihm nichts mehr aus, es sei denn, sie waren ernst.

Hann var ekki lengur hræddur við sársaukann, nema hann væri alvarlegur.

Er wurde durch und durch effizient und verschwendete überhaupt nichts.

Hann varð duglegur að innan sem utan og sóaði engu.
Er konnte Dinge essen, die scheußlich, verdorben oder schwer verdaulich waren.
Hann gat borðað það sem var viðurstyggilegt, rotið eða erfitt að melta.
Was auch immer er aß, sein Magen verbrauchte das letzte bisschen davon.
Hvað sem hann át, þá notaði maginn hans hverja einustu bita af verðmætum.
Sein Blut transportierte die Nährstoffe weit durch seinen kräftigen Körper.
Blóð hans bar næringarefnin langt um allan öfluga líkama hans.
Dadurch baute er starkes Gewebe auf, das ihm eine unglaubliche Ausdauer verlieh.
Þetta byggði upp sterka vefi sem gáfu honum ótrúlega þolgæði.
Sein Seh- und Geruchssinn wurden viel feiner als zuvor.
Sjón hans og lyktarskyn urðu miklu næmari en áður.
Sein Gehör wurde so scharf, dass er im Schlaf leise Geräusche wahrnehmen konnte.
Heyrn hans varð svo skarp að hann gat greint dauf hljóð í svefni.
In seinen Träumen wusste er, ob die Geräusche Sicherheit oder Gefahr bedeuteten.
Hann vissi í draumum sínum hvort hljóðin þýddu öryggi eða hættu.
Er lernte, mit den Zähnen auf das Eis zwischen seinen Zehen zu beißen.
Hann lærði að bíta ísinn á milli tánna með tönnunum.
Wenn ein Wasserloch zufror, brach er das Eis mit seinen Beinen.
Ef vatnsból fraus yfir, braut hann ísinn með fótunum.
Er bäumte sich auf und schlug mit seinen steifen Vorderbeinen hart auf das Eis.
Hann reis á fætur og sló fast í ísinn með stífum framfótum.

Seine bemerkenswerteste Fähigkeit war die Vorhersage von Windänderungen über Nacht.
Helsta hæfileiki hans var að spá fyrir um vindbreytingar á nóttunni.
Selbst bei Windstille suchte er sich windgeschützte Stellen aus.
Jafnvel þegar kyrrt var í loftinu valdi hann staði sem voru skjólgóðir fyrir vindi.
Wo auch immer er sein Nest grub, der Wind des nächsten Tages strich an ihm vorbei.
Hvar sem hann gróf hreiður sitt, fór vindurinn næsta dag fram hjá honum.
Er landete immer gemütlich und geschützt, in Lee der Brise.
Hann endaði alltaf hlýlega og varinn, í leysingunni frá vindinum.
Buck hat nicht nur durch Erfahrung gelernt – auch seine Instinkte sind zurückgekehrt.
Buck lærði ekki aðeins af reynslunni — eðlishvötin kom líka aftur.
Die Gewohnheiten der domestizierten Generationen begannen zu verschwinden.
Venjur tamdra kynslóða fóru að falla úr gildi.
Er erinnerte sich vage an die alten Zeiten seiner Rasse.
Á óljósan hátt minntist hann fornaldar kynþáttar síns.
Er dachte an die Zeit zurück, als wilde Hunde in Rudeln durch die Wälder rannten.
Hann hugsaði til baka til þess tíma þegar villihundar hlupu í hópum um skóga.
Sie hatten ihre Beute gejagt und getötet, während sie sie verfolgten.
Þeir höfðu elt bráð sína og drepið hana á meðan þeir eltu hana.
Buck lernte leicht, mit Biss und Schnelligkeit zu kämpfen.
Það var auðvelt fyrir Buck að læra að berjast með tönn og hraða.
Er verwendete Schnitte, Hiebe und schnelle Schnappschüsse, genau wie seine Vorfahren.

Hann notaði skurði, rista og snögga smellu rétt eins og
forfeður hans.
**Diese Vorfahren regten sich in ihm und erweckten seine
wilde Natur.**
Þessir forfeður hrærðust í honum og vöktu villta eðli hans.
**Ihre alten Fähigkeiten waren ihm durch die Blutlinie vererbt
worden.**
Gamlir hæfileikar þeirra höfðu erfst til hans í gegnum
ættlínuna.
**Ihre Tricks gehörten ihm nun, ohne dass er üben oder sich
anstrengen musste.**
Brellur þeirra voru nú hans, án þess að þörf væri á æfingu eða
fyrirhöfn.

In stillen, kalten Nächten hob Buck die Nase und heulte.
Á köldum, köldum nóttum lyfti Buck nefinu og ýlfraði.
**Er heulte lang und tief, so wie es die Wölfe vor langer Zeit
getan hatten.**
Hann ýlfraði langt og djúpt, eins og úlfar höfðu gert fyrir
löngu síðan.
**Durch ihn streckten seine toten Vorfahren ihre Nasen und
heulten.**
Í gegnum hann bentu látnir forfeður hans nefinu og úlfuðu.
**Sie heulten durch die Jahrhunderte mit seiner Stimme und
Gestalt.**
Þau úlfuðu niður í gegnum aldirnar í röddu hans og lögun.
**Seine Kadenzen waren ihre, alte Schreie, die von Kummer
und Kälte erzählten.**
Rytmar hans voru þeirra, gömul óp sem sögðu frá sorg og
kulda.
**Sie sangen von Dunkelheit, Hunger und der Bedeutung des
Winters.**
Þau sungu um myrkrið, um hungur og merkingu vetrarins.
**Buck bewies, wie das Leben von Kräften jenseits des
eigenen Ichs geprägt wird.**
Buck sannaði hvernig lífið er mótað af kröftum utan manns
sjálfs,

Das uralte Lied stieg durch Buck auf und ergriff seine Seele.
Hin forni söngur reis upp í gegnum Buck og náði tökum á sál hans.
Er fand sich selbst, weil Menschen im Norden Gold gefunden hatten.
Hann fann sjálfan sig vegna þess að menn höfðu fundið gull í norðri.
Und er fand sich selbst, weil Manuel, der Gärtnergehilfe, Geld brauchte.
Og hann fann sig vegna þess að Manuel, aðstoðarmaður garðyrkjumannsins, þurfti peninga.

Das dominante Urtier
Ríkjandi frumdýrið

In Buck war das dominante Urtier so stark wie eh und je.
Ríkjandi frumdýrið var jafn sterkt og alltaf í Buck.
Doch das dominante Urtier hatte in ihm geschlummert.
En ríkjandi frumdýrið hafði legið í dvala í honum.
Das Leben auf dem Trail war hart, aber es stärkte das Tier in Buck.
Lífið á gönguleiðinni var hart, en það styrkti skepnuna innra með Buck.
Insgeheim wurde das Biest von Tag zu Tag stärker.
Leynilega varð skepnan sterkari og sterkari með hverjum deginum.
Doch dieses innere Wachstum blieb der Außenwelt verborgen.
En þessi innri vöxtur var falinn fyrir umheiminum.
In Buck baute sich eine stille und ruhige Urkraft auf.
Rólegur og rólegur frumkraftur var að myndast innra með Buck.
Neue Gerissenheit verlieh Buck Gleichgewicht, Ruhe und Selbstbeherrschung.
Ný slægð gaf Buck jafnvægi, ró og stjórn.
Buck konzentrierte sich sehr auf die Anpassung und fühlte sich nie völlig entspannt.
Buck einbeitti sér mikið að því að aðlagast og fann sig aldrei alveg afslappaðan.
Er ging Konflikten aus dem Weg, fing nie Streit an und suchte auch nie Ärger.
Hann forðaðist átök, byrjaði aldrei rifrildi né leitaði vandræða.
Jede Bewegung von Buck war von langsamer, stetiger Nachdenklichkeit geprägt.
Hæg og jöfn hugsun mótaði hverja hreyfingu Bucks.
Er vermied überstürzte Entscheidungen und plötzliche, rücksichtslose Entschlüsse.
Hann forðaðist fljótfærnislegar ákvarðanir og skyndilegar, gálausar ákvarðanir.

Obwohl Buck Spitz zutiefst hasste, zeigte er ihm gegenüber keine Aggression.
Þótt Buck hataði Spitz innilega sýndi hann honum enga árásargirni.
Buck hat Spitz nie provoziert und sein Verhalten zurückhaltend gehalten.
Buck ögraði Spitz aldrei og hélt hófi sínu.
Spitz hingegen spürte die wachsende Gefahr, die von Buck ausging.
Spitz, hins vegar, skynjaði vaxandi hættu steðjað að Buck.
Er sah in Buck eine Bedrohung und eine ernsthafte Herausforderung seiner Macht.
Hann leit á Buck sem ógn og alvarlega áskorun við völd sín.
Er nutzte jede Gelegenheit, um zu knurren und seine scharfen Zähne zu zeigen.
Hann notaði hvert tækifæri til að urra og sýna hvassar tennurnar sínar.
Er versuchte, den tödlichen Kampf zu beginnen, der bevorstand.
Hann var að reyna að hefja þá banvænu baráttu sem átti eftir að koma.
Schon zu Beginn der Reise wäre es beinahe zu einem Streit zwischen ihnen gekommen.
Snemma í ferðinni var næstum því komið til slagsmála á milli þeirra.
Doch ein unerwarteter Unfall verhinderte den Kampf.
En óvænt slys kom í veg fyrir að átökin hefðu átt sér stað.
An diesem Abend schlugen sie ihr Lager am bitterkalten Lake Le Barge auf.
Um kvöldið settu þau upp tjaldbúðir við hið bitrandi kalda Le Barge-vatn.
Es schneite heftig und der Wind war schneidend wie ein Messer.
Snjórinn var að falla og vindurinn skar eins og hnífur.
Die Nacht war zu schnell hereingebrochen und Dunkelheit umgab sie.
Nóttin kom of hratt og myrkrið umlukti þau.

Sie hätten sich kaum einen schlechteren Ort zum Ausruhen aussuchen können.
Þau hefðu varla getað valið sér verri hvíldarstað.
Die Hunde suchten verzweifelt nach einem Platz zum Hinlegen.
Hundarnir leituðu örvæntingarfullir að stað til að leggjast niður.
Hinter der kleinen Gruppe erhob sich steil eine hohe Felswand.
Hár klettaveggur reis bratt fyrir aftan litla hópinn.
Das Zelt wurde in Dyea zurückgelassen, um die Last zu erleichtern.
Tjaldið hafði verið skilið eftir í Dyea til að létta álagið.
Ihnen blieb nichts anderes übrig, als das Feuer auf dem Eis selbst zu machen.
Þeir höfðu ekkert annað val en að kveikja eldinn á ísnum sjálfum.
Sie breiten ihre Schlafmäntel direkt auf dem zugefrorenen See aus.
Þau breiddu svefnföt sín beint á islagða vatnið.
Ein paar Stücke Treibholz gaben ihnen ein wenig Feuer.
Nokkrir rekaviðarstafir gáfu þeim smá eld.
Doch das Feuer wurde auf dem Eis entfacht und taute hindurch.
En eldurinn var kveiktur á ísnum og þiðnaði í gegnum hann.
Schließlich aßen sie ihr Abendessen im Dunkeln.
Loksins borðuðu þau kvöldmatinn sinn í myrkri.
Buck rollte sich neben dem Felsen zusammen, geschützt vor dem kalten Wind.
Buck krullaði sig saman við klettinn, skjólgóð fyrir köldum vindinum.
Der Platz war so warm und sicher, dass Buck es hasste, wegzugehen.
Staðurinn var svo hlýr og öruggur að Buck hataði að flytja í burtu.
Aber François hatte den Fisch aufgewärmt und verteilte die Rationen.

En François hafði hitað fiskinn og var að úthluta matarskammti.
Buck aß schnell fertig und ging zurück in sein Bett.
Buck lauk fljótt við að borða og fór aftur upp í rúmið sitt.
Aber Spitz lag jetzt dort, wo Buck sein Bett gemacht hatte.
En Spitz lá nú þar sem Buck hafði búið um rúmið sitt.
Ein leises Knurren warnte Buck, dass Spitz sich weigerte, sich zu bewegen.
Lágt urr varaði Buck við því að Spitz neitaði að hreyfa sig.
Bisher hatte Buck diesen Kampf mit Spitz vermieden.
Þangað til nú hafði Buck forðast þessa baráttu við Spitz.
Doch tief in Bucks Innerem brach das Biest schließlich aus.
En djúpt inni í Buck braust skepnan loksins laus.
Der Diebstahl seines Schlafplatzes war zu viel für ihn.
Þjófnaðurinn á svefnplássi hans var of mikið til að þola.
Buck stürzte sich voller Wut und Zorn auf Spitz.
Buck stökk á Spitz, fullur reiði og bræði.
Bis jetzt hatte Spitz gedacht, Buck sei bloß ein großer Hund.
Þangað til ekki hafði Spitz haldið að Buck væri bara stór hundur.
Er glaubte nicht, dass Buck durch seinen Geist überlebt hatte.
Hann hélt ekki að Buck hefði lifað af í gegnum anda sinn.
Er erwartete Angst und Feigheit, nicht Wut und Rache.
Hann bjóst við ótta og hugleysi, ekki reiði og hefnd.
François starrte die beiden Hunde an, als sie aus dem zerstörten Nest stürmten.
François starði á meðan báðir hundarnir stukku úr rústuðu hreiðrinu.
Er verstand sofort, was den wilden Kampf ausgelöst hatte.
Hann skildi þegar í stað hvað hafði hrundið af stað þessari villtu baráttu.
„Aa-ah!", rief François, um dem braunen Hund zuzujubeln.
„A-a!" hrópaði François til stuðnings brúna hundinum.
„Verprügelt ihn! Bei Gott, bestraft diesen hinterhältigen Dieb!"
„Látið hann berja! Fyrir Guði, refsið þessum lævísa þjófi!"

Spitz zeigte gleichermaßen Bereitschaft und wilden Kampfeswillen.
Spitz sýndi jafnan vilja og mikinn ákafa til að berjast.
Er schrie wütend auf, während er schnell im Kreis kreiste und nach einer Öffnung suchte.
Hann hrópaði upp af reiði á meðan hann hringdi hratt í leit að opnun.
Buck zeigte den gleichen Kampfeshunger und die gleiche Vorsicht.
Buck sýndi sömu baráttuþrá og sömu varúð.
Auch er umkreiste seinen Gegner und versuchte, im Kampf die Oberhand zu gewinnen.
Hann hringdi líka í kringum andstæðing sinn og reyndi að ná yfirhöndinni í bardaganum.
Dann geschah etwas Unerwartetes und veränderte alles.
Þá gerðist eitthvað óvænt og breytti öllu.
Dieser Moment verzögerte den letztendlichen Kampf um die Führung.
Sú stund tafði fyrir endanlegri baráttu um forystuna.
Bis zum Ende warteten noch viele Meilen voller Mühe und Anstrengung.
Margar kílómetra af slóð og barátta biðu enn fyrir endalokunum.
Perrault stieß einen Fluch aus, als eine Keule auf Knochen schlug.
Perrault hrópaði eið þegar kylfa lamdi við bein.
Es folgte ein scharfer Schmerzensschrei, dann brach überall Chaos aus.
Skarpt sársaukaóp fylgdi í kjölfarið, síðan braust út ringulreið allt í kring.
Dunkle Gestalten bewegten sich im Lager; wilde Huskys, ausgehungert und wild.
Dökkar verur hreyfðust í búðunum; villtir huskyr, sveltir og grimmir.
Vier oder fünf Dutzend Huskys hatten das Lager von weitem erschnüffelt.

Fjórir eða fimm tugir husky-hunda höfðu þefað af búðunum úr fjarlægð.

Sie hatten sich leise hineingeschlichen, während die beiden Hunde in der Nähe kämpften.

Þeir höfðu laumast hljóðlega inn á meðan hundarnir tveir börðust í grenndinni.

François und Perrault griffen an und schwangen Knüppel auf die Eindringlinge.

François og Perrault réðust á og sveifluðu kylfum að innrásarhermum.

Die ausgehungerten Huskies zeigten ihre Zähne und wehrten sich rasend.

Sveltandi husky-hundarnir sýndu tennurnar og börðust á móti í ofboði.

Der Geruch von Fleisch und Brot hatte sie alle Angst vertreiben lassen.

Lyktin af kjöti og brauði hafði hrætt þau yfir allan ótta.

Perrault schlug einen Hund, der seinen Kopf in der Fresskiste vergraben hatte.

Perrault barði hund sem hafði grafið höfuðið í matarkistuna.

Der Schlag war hart, die Schachtel kippte um und das Essen quoll heraus.

Höggið var hart og kassinn hvolfdi og matur lak út.

Innerhalb von Sekunden rissen sich zwanzig wilde Tiere über das Brot und das Fleisch her.

Á nokkrum sekúndum rifuðu tugir villidýra í brauðið og kjötið.

Die Keulen der Männer landeten Schlag auf Schlag, doch kein Hund ließ nach.

Karlaklúbbarnir lentu högg á fætur öðru, en enginn hundur sneri sér undan.

Sie schrien vor Schmerz, kämpften aber, bis kein Futter mehr übrig war.

Þau úlfuðu af sársauka en börðust þar til enginn matur var eftir.

Inzwischen waren die Schlittenhunde aus ihren verschneiten Betten gesprungen.

Á meðan höfðu sleðahundarnir stokkið úr snjóþöktum rúmum sínum.
Sie wurden sofort von den bösartigen, hungrigen Huskys angegriffen.
Þeir voru þegar í stað ráðist af grimmilegum, svöngum huskyhundum.
Buck hatte noch nie zuvor so wilde und ausgehungerte Tiere gesehen.
Buck hafði aldrei séð svona villtar og sveltar skepnur áður.
Ihre Haut hing lose und verbarg kaum ihr Skelett.
Húðin á þeim hékk laus og huldi varla beinagrindurnar.
In ihren Augen brannte ein Feuer aus Hunger und Wahnsinn
Í augum þeirra logaði eldur, af hungri og brjálæði
Sie waren nicht aufzuhalten, ihrem wilden Ansturm war kein Widerstand zu leisten.
Ekkert var hægt að stöðva þá; enginn gat veitt þeim mótspyrnu gegn grimmd þeirra.
Die Schlittenhunde wurden zurückgedrängt und gegen die Felswand gedrückt.
Sleðahundarnir voru ýttir til baka, þrýstir upp að klettaveggnum.
Drei Huskies griffen Buck gleichzeitig an und rissen ihm das Fleisch auf.
Þrír huskyhundar réðust á Buck í einu og rifu í hold hans.
Aus den Schnittwunden an seinem Kopf und seinen Schultern strömte Blut.
Blóð rann úr höfði hans og öxlum, þar sem hann hafði verið skorinn.
Der Lärm erfüllte das Lager: Knurren, Jaulen und Schmerzensschreie.
Hávaðinn fyllti búðirnar; urr, æp og sársaukaóp.
Billee weinte wie immer laut, gefangen im Kampf und in der Panik.
Billee grét hátt, eins og venjulega, gripinn af átökunum og óttanum.

Dave und Solleks standen Seite an Seite, blutend, aber trotzig.
Dave og Solleks stóðu hlið við hlið, blóðugir en þrjóskir.
Joe kämpfte wie ein Dämon und biss alles, was ihm zu nahe kam.
Joe barðist eins og djöfull og beit allt sem kom nálægt.
Mit einem brutalen Schnappen seines Kiefers zerquetschte er das Bein eines Huskys.
Hann kramið fót á husky-hundi með einu hrottalegu kjálkaknissmelli.
Pike sprang auf den verletzten Husky und brach ihm sofort das Genick.
Pikka stökk á særða husky-hundinn og braut hann samstundis hálsinn.
Buck packte einen Husky an der Kehle und riss ihm die Ader auf.
Buck greip hes hund í hálsinn og reif í gegnum æðina.
Blut spritzte und der warme Geschmack trieb Buck in Raserei.
Blóð sprautaðist og heita bragðið gerði Buck æstan.
Ohne zu zögern stürzte er sich auf einen anderen Angreifer.
Hann kastaði sér án þess að hika við að ráðast á annan árásarmann.
Im selben Moment gruben sich scharfe Zähne in Bucks Kehle.
Á sama augnabliki grófu hvassar tennur sig í háls Bucks.
Spitz hatte von der Seite zugeschlagen und ohne Vorwarnung angegriffen.
Spitz hafði skotið til hliðar og ráðist á án viðvörunar.
Perrault und François hatten die Hunde besiegt, die das Futter stahlen.
Perrault og François höfðu sigrað hundana sem stálu matnum.
Nun eilten sie ihren Hunden zu Hilfe, um die Angreifer abzuwehren.
Nú hlupu þau til að hjálpa hundunum sínum að berjast gegn árásarmönnum.

Die ausgehungerten Hunde zogen sich zurück, als die Männer ihre Keulen schwangen.
Sveltandi hundarnir hörfuðu á meðan mennirnir sveifluðu kylfunum sínum.
Buck konnte sich dem Angriff befreien, doch die Flucht war nur von kurzer Dauer.
Buck slapp undan árásinni en flóttinn var skammur.
Die Männer rannten los, um ihre Hunde zu retten, und die Huskies kamen erneut zum Vorschein.
Mennirnir hlupu til að bjarga hundunum sínum og husky-hundarnir þyrptust aftur að.
Billee, der aus Angst Mut fasste, sprang in die Hundemeute.
Billee, hræddur og hugrakkur, stökk inn í hundahópinn.
Doch dann floh er in blanker Angst und Panik über das Eis.
En þá flúði hann yfir ísinn, í ótta og læti.
Pike und Dub folgten dicht dahinter und rannten um ihr Leben.
Pike og Dub fylgdu fast á eftir og hlupu fyrir líf sitt.
Der Rest des Teams löste sich auf, zerstreute sich und folgte ihnen.
Restin af liðinu hrundi og dreifðist, á eftir þeim.
Buck nahm all seine Kräfte zusammen, um loszurennen, doch dann sah er einen Blitz.
Buck safnaði kröftum sínum til að hlaupa, en sá þá leifturljós.
Spitz stürzte sich auf Buck und versuchte, ihn zu Boden zu schlagen.
Spitz stökk að hlið Bucks og reyndi að fella hann.
Unter dieser Meute von Huskys hätte Buck nicht entkommen können.
Undir þessum hópi husky-hunda hefði Buck enga undankomuleið átt.
Aber Buck blieb standhaft und wappnete sich für den Schlag von Spitz.
En Buck stóð fastur og bjó sig undir höggið frá Spitz.
Dann drehte er sich um und rannte mit dem fliehenden Team auf das Eis hinaus.
Þá sneri hann sér við og hljóp út á ísinn með flóttaliðinu.

Später versammelten sich die neun Schlittenhunde im Schutz des Waldes.
Seinna söfnuðust sleðahundarnir níu saman í skjóli skógarins.
Niemand verfolgte sie mehr, aber sie waren geschlagen und verwundet.
Enginn elti þá lengur, en þeir voru barðir og særðir.
Jeder Hund hatte Wunden; vier oder fünf tiefe Schnitte an jedem Körper.
Hver hundur var með sár; fjóra eða fimm djúpa skurði á hverjum líkama.
Dub hatte ein verletztes Hinterbein und konnte kaum noch laufen.
Dub var með meiðsli á afturfóti og átti erfitt með að ganga núna.
Dolly, der neueste Hund aus Dyea, hatte eine aufgeschlitzte Kehle.
Dolly, nýjasti hundurinn frá Dyea, var með skurð á hálsi.
Joe hatte ein Auge verloren und Billees Ohr war in Stücke geschnitten
Joe hafði misst augað og eyrað á Billee var skorið í sundur.
Alle Hunde schrien die ganze Nacht vor Schmerz und Niederlage.
Allir hundarnir grétu af sársauka og ósigri alla nóttina.
Im Morgengrauen krochen sie wund und gebrochen zurück ins Lager.
Í dögun læddust þeir aftur til búðanna, sárir og sundraðir.
Die Huskies waren verschwunden, aber der Schaden war angerichtet.
Huskí-hundarnir voru horfnir en skaðinn var skeður.
Perrault und François standen schlecht gelaunt vor der Ruine.
Perrault og François stóðu í vondu skapi yfir rústunum.
Die Hälfte der Lebensmittel war verschwunden und von den hungrigen Dieben geschnappt worden.
Helmingurinn af matnum var horfinn, rændur af svöngum þjófum.

Die Huskies hatten Schlittenbindungen und Planen zerrissen.
Huskí-hundarnir höfðu rifið sig í gegnum sleðabindingar og striga.
Alles, was nach Essen roch, wurde vollständig verschlungen.
Allt sem lyktaði af mat hafði verið gjörsamlega étið upp.
Sie aßen ein Paar von Perraults Reisestiefeln aus Elchleder.
Þau átu par af ferðastígvélum Perraults úr elgskinn.
Sie zerkauten Lederreis und ruinierten Riemen, sodass sie nicht mehr verwendet werden konnten.
Þau tuggðu leðurreimar og eyðilögðu ólar sem voru ónýtir.
François hörte auf, auf die zerrissene Peitsche zu starren, um nach den Hunden zu sehen.
François hætti að stara á rifin augnhár til að athuga hundana.
„Ah, meine Freunde", sagte er mit leiser, besorgter Stimme.
„Æ, vinir mínir," sagði hann lágt og áhyggjufullur.
„Vielleicht verwandeln euch all diese Bisse in tollwütige Tiere."
„Kannski breyta öll þessi bit ykkur í brjálaðar skepnur."
„Vielleicht alles tollwütige Hunde, heiliger Scheiß! Was meinst du, Perrault?"
„Kannski allir brjálaðir hundar, heilagur maður! Hvað heldurðu, Perrault?"
Perrault schüttelte den Kopf, seine Augen waren dunkel vor Sorge und Angst.
Perrault hristi höfuðið, augun dökk af áhyggjum og ótta.
Zwischen ihnen und Dawson lagen noch sechshundertvierzig Kilometer.
Fjögur hundruð mílur voru enn á milli þeirra og Dawsons.
Der Hundewahnsinn könnte nun jede Überlebenschance zerstören.
Hundaæði gæti nú eyðilagt alla möguleika á að lifa af.
Sie verbrachten zwei Stunden damit, zu fluchen und zu versuchen, die Ausrüstung zu reparieren.
Þau eyddu tveimur klukkustundum í að blótsyrða og reyna að laga búnaðinn.

Das verwundete Team verließ schließlich gebrochen und besiegt das Lager.
Særða liðið yfirgaf loksins búðirnar, brotið og sigrað.
Dies war der bisher schwierigste Weg und jeder Schritt war schmerzhaft.
Þetta var erfiðasta leiðin hingað til og hvert skref var sársaukafullt.
Der Thirty Mile River war nicht zugefroren und rauschte wild.
Þrjátíu mílna áin hafði ekki frosið og fossaði villt.
Nur an ruhigen Stellen und in wirbelnden Wirbeln konnte das Eis halten.
Aðeins á kyrrum stöðum og í hvirfilvindum tókst ísnum að haldast.
Sechs Tage harter Arbeit vergingen, bis die dreißig Meilen geschafft waren.
Sex dagar af erfiðri vinnu liðu þar til þrjátíu mílurnar voru unnar.
Jeder Kilometer des Weges barg Gefahren und Todesgefahr.
Hver kílómetri af slóðinni bar með sér hættu og ógn um dauða.
Die Männer und Hunde riskierten mit jedem schmerzhaften Schritt ihr Leben.
Mennirnir og hundarnir hættu lífi sínu með hverju sársaukafullu skrefi.
Perrault durchbrach ein Dutzend Mal dünne Eisbrücken.
Perrault braust í gegnum þunnar ísbrýr tylft sinnum.
Er trug eine Stange und ließ sie über das Loch fallen, das sein Körper hinterlassen hatte.
Hann bar stöng og lét hana falla þvert yfir gatið sem líkami hans gerði.
Mehr als einmal rettete diese Stange Perrault vor dem Ertrinken.
Oftar en einu sinni bjargaði sú stöng Perrault frá drukknun.
Die Kältewelle hielt an, die Lufttemperatur lag bei minus fünfzig Grad.

Kuldakastið hélst fast, loftið var fimmtíu gráður undir frostmarki.
Jedes Mal, wenn er hineinfiel, musste Perrault ein Feuer anzünden, um zu überleben.
Í hvert skipti sem hann féll ofan í varð Perrault að kveikja eld til að lifa af.
Nasse Kleidung gefror schnell, also trocknete er sie in der Nähe der sengenden Hitze.
Blaut föt frusu hratt, svo hann þurrkaði þau nálægt brennandi hita.
Perrault hatte nie Angst und das machte ihn zu einem Kurier.
Perrault kæmi aldrei til ótta og það gerði hann að sendiboða.
Er wurde für die Gefahr auserwählt und begegnete ihr mit stiller Entschlossenheit.
Hann var valinn til að takast á við hættuna og hann mætti henni með rólegri einbeitni.
Er drängte sich gegen den Wind vorwärts, sein runzliges Gesicht war erfroren.
Hann hélt áfram gegn vindinum, visnað andlit hans frostbitið.
Von der Morgendämmerung bis zum Einbruch der Nacht führte Perrault sie weiter.
Frá daufri dögun til myrkurs leiddi Perrault þá áfram.
Er ging auf einer schmalen Eiskante, die bei jedem Schritt knackte.
Hann gekk á þröngum ísbrúnum sem sprakk við hvert skref.
Sie wagten nicht, anzuhalten – jede Pause hätte das Risiko eines tödlichen Zusammenbruchs bedeutet.
Þau þorðu ekki að stoppa — hver þögn leiddi til banvæns hruns.
Einmal brach der Schlitten durch und zog Dave und Buck hinein.
Einu sinni braut sleðinn í gegn og dró Dave og Buck inn.
Als sie freigezogen wurden, waren beide fast erfroren.
Þegar þeim var dregið lausum voru þau bæði næstum frosin.
Die Männer machten schnell ein Feuer, um Buck und Dave am Leben zu halten.

Mennirnir kveiktu eld í flýti til að halda Buck og Dave á lífi.
Die Hunde waren von der Nase bis zum Schwanz mit Eis bedeckt und steif wie geschnitztes Holz.
Hundarnir voru þaktir ís frá nefi til hala, stífir eins og útskornir trésteinar.
Die Männer ließen sie in der Nähe des Feuers im Kreis laufen, um ihre Körper aufzutauen.
Mennirnir hlupu þeim í hringi nálægt eldinum til að þíða lík þeirra.
Sie kamen den Flammen so nahe, dass ihr Fell versengt wurde.
Þau komu svo nálægt eldinum að feldurinn á þeim sviðnaði.
Als nächster durchbrach Spitz das Eis und zog das Team hinter sich her.
Spitz braust næst í gegnum ísinn og dró liðið á eftir sér.
Der Bruch reichte bis zu der Stelle, an der Buck zog.
Brotið náði alla leið upp að þar sem Buck var að toga.
Buck lehnte sich weit zurück, seine Pfoten rutschten und zitterten auf der Kante.
Buck hallaði sér fast aftur, lopparnir runnu og titruðu á brúninni.
Dave streckte sich ebenfalls nach hinten, direkt hinter Buck auf der Leine.
Dave teygði sig einnig aftur á bak, rétt fyrir aftan Buck á línunni.
François zog den Schlitten, seine Muskeln knackten vor Anstrengung.
François dró sleðann upp á sér, vöðvarnir sprungu af áreynslu.
Ein anderes Mal brach das Randeis vor und hinter dem Schlitten.
Öðru sinni sprungu brúnís fyrir framan og aftan sleðann.
Sie hatten keinen anderen Ausweg, als eine gefrorene Felswand zu erklimmen.
Þau höfðu enga leið út nema að klífa upp frosinn klettavegg.
Perrault schaffte es irgendwie, die Mauer zu erklimmen; wie durch ein Wunder blieb er am Leben.

Perrault klifraði einhvern veginn upp vegginn; kraftaverk hélt honum á lífi.
François blieb unten und betete um dasselbe Glück.
François dvaldi niðri og bað um sömu gæfu.
Sie banden jeden Riemen, jede Zurrschnur und jede Leine zu einem langen Seil zusammen.
Þeir bundu allar ólar, festingar og sneiðar í eitt langt reipi.
Die Männer zogen jeden Hund einzeln nach oben.
Mennirnir drógu hvern hundinn upp, einn í einu, upp á toppinn.
François kletterte als Letzter, nach dem Schlitten und der gesamten Ladung.
François klifraði síðastur upp, á eftir sleðanum og öllum farminum.
Dann begann eine lange Suche nach einem Weg von den Klippen hinunter.
Þá hófst löng leit að leið niður af klettunum.
Schließlich stiegen sie mit demselben Seil ab, das sie selbst hergestellt hatten.
Loksins fóru þau niður með sama reipinu og þau höfðu búið til.
Es wurde Nacht, als sie erschöpft und wund zum Flussbett zurückkehrten.
Nóttin skall á þegar þau sneru aftur að árfarveginum, úrvinda og aumingja.
Der ganze Tag hatte ihnen nur eine Viertelmeile Gewinn eingebracht.
Þau höfðu notað heilan dag til að leggja aðeins fjórðung mílu að baki.
Als sie das Hootalinqua erreichten, war Buck erschöpft.
Þegar þau komu að Hootalinqua var Buck úrvinda.
Die anderen Hunde litten ebenso sehr unter den Bedingungen auf dem Trail.
Hinir hundarnir þjáðust alveg eins illa af aðstæðunum á gönguleiðinni.
Aber Perrault musste Zeit gutmachen und trieb sie jeden Tag weiter an.

En Perrault þurfti að endurheimta tímann og ýtti þeim áfram á hverjum degi.

Am ersten Tag reisten sie dreißig Meilen nach Big Salmon.

Fyrsta daginn ferðuðust þau þrjátíu mílur til Big Salmon.

Am nächsten Tag reisten sie fünfunddreißig Meilen nach Little Salmon.

Daginn eftir ferðuðust þau þrjátíu og fimm mílur til Little Salmon.

Am dritten Tag kämpften sie sich durch sechzig Kilometer lange, eisige Strecken.

Á þriðja degi óku þau í gegnum fjörutíu langar, frosnar mílur.

Zu diesem Zeitpunkt näherten sie sich der Siedlung Five Fingers.

Þá voru þeir að nálgast byggðina Five Fingers.

Bucks Füße waren weicher als die harten Füße der einheimischen Huskys.

Fætur Bucks voru mýkri en harðir fætur innfæddra huskyhunda.

Seine Pfoten waren im Laufe vieler zivilisierter Generationen zart geworden.

Löppurnar hans höfðu orðið mjúkar í gegnum margar siðmenntaðar kynslóðir.

Vor langer Zeit wurden seine Vorfahren von Flussmännern oder Jägern gezähmt.

Fyrir löngu síðan höfðu forfeður hans verið temdir af árfarvegsmönnum eða veiðimönnum.

Jeden Tag humpelte Buck unter Schmerzen und ging auf wunden, schmerzenden Pfoten.

Á hverjum degi haltraði Buck af sársauka og gekk á hráum, aumum loppum.

Im Lager fiel Buck wie eine leblose Gestalt in den Schnee.

Í tjaldbúðunum féll Buck niður eins og líflaus vera ofan í snjóinn.

Obwohl Buck am Verhungern war, stand er nicht auf, um sein Abendessen einzunehmen.

Þótt Buck væri svangur vaknaði hann ekki til að borða kvöldmatinn.
François brachte Buck seine Ration und legte ihm Fisch neben die Schnauze.
François færði Buck fóður sinn og lagði fisk við trýni hans.
Jeden Abend massierte der Fahrer Bucks Füße eine halbe Stunde lang.
Á hverju kvöldi nuddaði bílstjórinn fætur Bucks í hálftíma.
François hat sogar seine eigenen Mokassins zerschnitten, um daraus Hundeschuhe zu machen.
François skar meira að segja niður sín eigin mokkasínur til að búa til hundaskó.
Vier warme Schuhe waren für Buck eine große und willkommene Erleichterung.
Fjórir hlýir skór veittu Buck mikla og kærkomna létti.
Eines Morgens vergaß François die Schuhe und Buck weigerte sich aufzustehen.
Einn morgun gleymdi François skónum sínum og Buck neitaði að standa upp.
Buck lag auf dem Rücken, die Füße in der Luft, und wedelte mitleiderregend damit herum.
Buck lá á bakinu, fæturnir í loftinu og veifaði þeim aumkunarvert.
Sogar Perrault grinste beim Anblick von Bucks dramatischer Bitte.
Jafnvel Perrault brosti við sjónina af dramatískri bæn Bucks.
Bald wurden Bucks Füße hart und die Schuhe konnten weggeworfen werden.
Fljótlega urðu fætur Bucks harðir og hægt var að henda skónum.
In Pelly stieß Dolly beim Angeschirrtwerden ein schreckliches Heulen aus.
Þegar Pelly var í beislinu, kvað Dolly við hræðilegu úlfsæði.
Der Schrei war lang und voller Wahnsinn und erschütterte jeden Hund.
Ópið var langt og fullt af brjálæði og skók alla hundana.

Jeder Hund zuckte vor Angst zusammen, ohne den Grund zu kennen.
Hver hundur hræddist án þess að vita ástæðuna.
Dolly war verrückt geworden und stürzte sich direkt auf Buck.
Dolly var orðin brjáluð og kastaði sér beint á Buck.
Buck hatte noch nie Wahnsinn gesehen, aber sein Herz war von Entsetzen erfüllt.
Buck hafði aldrei séð brjálæði, en hryllingur fyllti hjarta hans.
Ohne nachzudenken, drehte er sich um und floh in absoluter Panik.
Án þess að hugsa sig um sneri hann sér við og flúði í algjöru ofboði.
Dolly jagte ihm hinterher, ihre Augen waren wild, Speichel spritzte aus ihrem Maul.
Dolly elti hann, augun villt, munnvatnið flaug úr kjálkunum á henni.
Sie blieb direkt hinter Buck, holte nie auf und fiel nie zurück.
Hún hélt sig alveg á eftir Buck, náði aldrei á sig né hörfaði.
Buck rannte durch den Wald, die Insel hinunter und über zerklüftetes Eis.
Buck hljóp gegnum skóg, niður eyjuna, yfir ógegnsæjan ís.
Er überquerte die Insel und erreichte eine weitere, bevor er im Kreis zurück zum Fluss ging.
Hann fór yfir að eyju, síðan annarri, og sneri aftur að ánni.
Dolly jagte ihn immer noch und knurrte ihn bei jedem Schritt an.
Dolly elti hann samt sem áður, urraði fast á eftir henni við hvert fótmál.
Buck konnte ihren Atem und ihre Wut hören, obwohl er es nicht wagte, zurückzublicken.
Buck heyrði andardrátt hennar og reiði, þótt hann þorði ekki að líta um öxl.
François rief aus der Ferne und Buck drehte sich in die Richtung der Stimme um.
François hrópaði úr fjarlægð og Buck sneri sér að röddinni.

Immer noch nach Luft schnappend rannte Buck vorbei und setzte seine ganze Hoffnung auf François.
Buck hljóp enn eftir andanum og setti alla sína von á François.
Der Hundeführer hob eine Axt und wartete, während Buck vorbeiflog.
Hundaeigandinn lyfti öxi og beið á meðan Buck flaug fram hjá.
Die Axt kam schnell herunter und traf Dollys Kopf mit tödlicher Wucht.
Öxin féll hratt niður og lenti í höfði Dollýjar með banvænum krafti.
Buck brach neben dem Schlitten zusammen, keuchte und konnte sich nicht bewegen.
Buck hneig niður nálægt sleðanum, hvæsandi andardráttur og gat ekki hreyft sig.
In diesem Moment hatte Spitz die Chance, einen erschöpften Gegner zu schlagen.
Þessi stund gaf Spitz tækifæri til að ráðast á þreyttan óvin.
Zweimal biss er Buck und riss das Fleisch bis auf den weißen Knochen auf.
Tvisvar beit hann Buck og reif hold niður að hvítu beinunum.
François' Peitsche knallte und traf Spitz mit voller, wütender Wucht.
Svipa François brast og sló Spitz af fullum, heiftarlegum krafti.
Buck sah mit Freude zu, wie Spitz seine bisher härteste Tracht Prügel bekam.
Buck horfði gleðilega á meðan Spitz fékk sína hörðustu barsmíða hingað til.
„Er ist ein Teufel, dieser Spitz", murmelte Perrault düster vor sich hin.
„Hann er djöfull, þessi Spitz," muldraði Perrault dökkurlega við sjálfan sig.
„Eines Tages wird dieser verfluchte Hund Buck töten – das schwöre ich."
„Einhvern tímann innan skamms mun þessi bölvaði hundur drepa Buck – ég sver það."

„Dieser Buck hat zwei Teufel in sich", antwortete François mit einem Nicken.
Það eru tveir djöflar í þessum Buck," svaraði François og kinkaði kolli.
„Wenn ich Buck beobachte, weiß ich, dass etwas Wildes in ihm lauert."
„Þegar ég horfi á Buck, veit ég að eitthvað grimmt bíður hans."
„Eines Tages wird er rasend vor Wut werden und Spitz in Stücke reißen."
„Einn daginn verður hann brjálaður eins og eldur og rífur Spitz í sundur."
„Er wird den Hund zerkauen und ihn auf den gefrorenen Schnee spucken."
„Hann mun tyggja hundinn í sig og spýta honum út í frosna snjóinn."
„Das weiß ich ganz sicher tief in meinem Innern."
„Jú, eins og allt annað, ég veit þetta innst inni."
Von diesem Moment an befanden sich die beiden Hunde im Krieg.
Frá þeirri stundu voru hundarnir tveir í stríði.
Spitz führte das Team an und hatte die Macht, aber Buck stellte das in Frage.
Spitz leiddi liðið og hélt völdum, en Buck véfengdi það.
Spitz sah seinen Rang durch diesen seltsamen Fremden aus dem Süden bedroht.
Spitz sá að þessi undarlegi ókunnugi maður frá Suðurlandi ógnaði stöðu sinni.
Buck war anders als alle Südstaatenhunde, die Spitz zuvor gekannt hatte.
Buck var ólíkur öllum öðrum suðrænum hundum sem Spitz hafði þekkt áður.
Die meisten von ihnen scheiterten – sie waren zu schwach, um Kälte und Hunger zu überleben.
Flestir þeirra mistókust — of veikir til að lifa af kulda og hungur.

Sie starben schnell unter der harten Arbeit, dem Frost und der langsamen Hungersnot.
Þau dóu hratt undan erfiði, frosti og hægfara bruna hungursneyðar.
Buck stand abseits – mit jedem Tag stärker, klüger und wilder.
Buck stóð upp úr — sterkari, klárari og grimmari með hverjum deginum.
Er gedieh trotz aller Härte und wuchs heran, bis er den nördlichen Huskies ebenbürtig war.
Hann dafnaði á erfiðleikum og óx upp til að jafna sig við norðurhluta husky-hundanna.
Buck hatte Kraft, wilde Geschicklichkeit und einen geduldigen, tödlichen Instinkt.
Buck hafði styrk, ótrúlega færni og þolinmóður, dauðans eðlishvöt.
Der Mann mit der Keule hatte Buck die Unbesonnenheit ausgetrieben.
Maðurinn með kylfuna hafði barið Buck til fanga.
Die blinde Wut war verschwunden und durch stille Gerissenheit und Kontrolle ersetzt worden.
Blind reiði var horfin, í staðinn kom hljóðlát slægð og stjórn.
Er wartete ruhig und ursprünglich und wartete auf den richtigen Moment.
Hann beið, rólegur og frumstæður, og vænti rétta augnabliksins.
Ihr Kampf um die Vorherrschaft wurde unvermeidlich und deutlich.
Barátta þeirra um yfirráð varð óhjákvæmileg og ljós.
Buck strebte nach einer Führungsposition, weil sein Geist es verlangte.
Buck þráði forystu vegna þess að andi hans krafðist hennar.
Er wurde von dem seltsamen Stolz getrieben, der aus der Jagd und dem Geschirr entstand.
Hann var knúinn áfram af þeim undarlega stolti sem fæddist af slóð og beisli.

Dieser Stolz ließ die Hunde ziehen, bis sie im Schnee zusammenbrachen.
Þessi stolti fékk hunda til að draga sig þangað til þeir hrundu í snjónum.
Der Stolz verleitete sie dazu, all ihre Kraft einzusetzen.
Stolt lokkaði þá til að gefa allan þann styrk sem þeir höfðu.
Stolz kann einen Schlittenhund sogar in den Tod treiben.
Stolt getur lokkað sleðahund jafnvel þangað til hann drepur hann.
Der Verlust des Geschirrs ließ die Hunde gebrochen und ziellos zurück.
Að missa beislið skildi hundana eftir brotna og tilgangslausa.
Das Herz eines Schlittenhundes kann vor Scham brechen, wenn er in den Ruhestand geht.
Skömm getur kramið hjarta sleðahunds þegar hann fer á eftirlaun.
Dave lebte von diesem Stolz, während er den Schlitten hinter sich herzog.
Dave lifði eftir þeim stolti þegar hann dró sleðann að aftan.
Auch Solleks gab mit grimmiger Stärke und Loyalität alles.
Solleks gaf líka allt sem hann hafði af grimmd og tryggð.
Jeden Morgen verwandelte der Stolz ihre Verbitterung in Entschlossenheit.
Á hverjum morgni breytti stoltið þeim úr biturleika í ákveðni.
Sie drängten den ganzen Tag und verstummten dann am Ende des Lagers.
Þau ýttu á allan daginn og þögnuðu svo við enda búðanna.
Dieser Stolz gab Spitz die Kraft, Drückeberger zur Räson zu bringen.
Þetta stolt gaf Spitz styrk til að komast á undan skjólstæðingum sem voru að skjóta sér niður.
Spitz fürchtete Buck, weil Buck denselben tiefen Stolz in sich trug.
Spitz óttaðist Buck vegna þess að Buck bar með sér þennan sama djúpa stolt.
Bucks Stolz wandte sich nun gegen Spitz, und er ließ nicht locker.

Stolt Bucks æsti sig nú gegn Spitz og hann hætti ekki.
Buck widersetzte sich Spitz' Macht und hinderte ihn daran, Hunde zu bestrafen.
Buck óhlýðnaðist valdi Spitz og kom í veg fyrir að hann refsaði hundum.
Als andere versagten, stellte sich Buck zwischen sie und ihren Anführer.
Þegar aðrir brugðust, steig Buck á milli þeirra og leiðtoga þeirra.
Er tat dies mit Absicht und brachte seine Herausforderung offen und deutlich zum Ausdruck.
Hann gerði þetta af ásettu ráði, gerði áskorun sína opna og skýra.
In einer Nacht hüllte schwerer Schnee die Welt in tiefe Stille.
Eina nótt huldi þungur snjór heiminn í djúpri þögn.
Am nächsten Morgen stand Pike, faul wie immer, nicht zur Arbeit auf.
Næsta morgun vaknaði Pike, latur eins og alltaf, ekki til vinnu.
Er blieb in seinem Nest unter einer dicken Schneeschicht verborgen.
Hann faldi sig í hreiðri sínu undir þykku snjólagi.
François rief und suchte, konnte den Hund jedoch nicht finden.
François kallaði og leitaði en fann ekki hundinn.
Spitz wurde wütend und stürmte durch das schneebedeckte Lager.
Spitz æsti og þaut gegnum snæviþöktu búðirnar.
Er knurrte und schnüffelte und grub wie verrückt mit flammenden Augen.
Hann urraði og þefaði, gróf eins og brjálæðingur með logandi augum.
Seine Wut war so heftig, dass Pike vor Angst unter dem Schnee zitterte.
Reiði hans var svo mikil að Pike skalf undir snjónum af ótta.
Als Pike schließlich gefunden wurde, stürzte sich Spitz auf den versteckten Hund, um ihn zu bestrafen.

Þegar Pike fannst loksins, stökk Spitz til að refsa hundinum sem hafði falið sig.

Doch Buck sprang mit einer Wut zwischen sie, die Spitz' eigener ebenbürtig war.

En Buck stökk á milli þeirra með jafn mikilli reiði og Spitz sjálfur.

Der Angriff erfolgte so plötzlich und geschickt, dass Spitz umfiel.

Árásin var svo skyndileg og snjöll að Spitz datt af fótunum.

Pike, der gezittert hatte, schöpfte aus diesem Trotz neuen Mut.

Pike, sem hafði verið að skjálfa, fann hugrekki í þessari þrjósku.

Er sprang auf den gefallenen Spitz und folgte Bucks mutigem Beispiel.

Hann stökk á fallna Spitz-hundinn og fylgdi djarfri fordæmi Bucks.

Buck, der nicht länger an Fairness gebunden war, beteiligte sich am Angriff auf Spitz.

Buck, sem ekki lengur var bundinn af sanngirni, gekk til liðs við árásina á Spitz.

François, amüsiert, aber dennoch diszipliniert, schwang seine schwere Peitsche.

François, skemmtur en samt ákveðinn í aga, sveiflaði þungu svipunni sinni.

Er schlug Buck mit aller Kraft, um den Kampf zu beenden.

Hann sló Buck af öllum kröftum til að stöðva bardagann.

Buck weigerte sich, sich zu bewegen und blieb auf dem gefallenen Anführer sitzen.

Buck neitaði að hreyfa sig og hélt sig ofan á föllna leiðtoganum.

Dann benutzte François den Griff der Peitsche und schlug Buck damit heftig.

François notaði þá handfang svipunnar og sló Buck fast.

Buck taumelte unter dem Schlag und fiel zurück.

Buck hrasaði eftir höggið og féll aftur undan árásinni.

François schlug immer wieder zu, während Spitz Pike bestrafte.
François sló aftur og aftur á meðan Spitz refsaði Pike.

Die Tage vergingen und Dawson City kam immer näher.
Dagarnir liðu og Dawson-borg óx og nær.

Buck mischte sich immer wieder ein und schlüpfte zwischen Spitz und andere Hunde.
Buck hélt áfram að skipta sér af þessu og smeygði sér á milli Spitz og annarra hunda.

Er wählte seine Momente gut und wartete immer darauf, dass François ging.
Hann valdi stundirnar sínar vel, beið alltaf eftir að François færi.

Bucks stille Rebellion breitete sich aus und im Team breitete sich Unordnung aus.
Hljóðlát uppreisn Bucks breiddist út og óreiðu festi rætur í liðinu.

Dave und Solleks blieben loyal, andere jedoch wurden widerspenstig.
Dave og Solleks voru tryggir en aðrir urðu óstýrilátir.

Die Situation im Team wurde immer schlimmer – es wurde unruhig, streitsüchtig und geriet aus der Reihe.
Liðið versnaði — eirðarlaust, rifrildisríkt og út af sporinu.

Nichts lief mehr reibungslos und es kam immer wieder zu Streit.
Ekkert gekk lengur snurðulaust og slagsmál urðu algeng.

Buck blieb im Zentrum des Chaos und provozierte ständig Unruhe.
Buck var kjarninn í vandræðunum og vakti alltaf upp óróa.

François blieb wachsam, aus Angst vor dem Kampf zwischen Buck und Spitz.
François var vakandi, hræddur við slagsmálin milli Bucks og Spitz.

Jede Nacht wurde er durch Rangeleien geweckt, aus Angst, dass es endlich losgehen würde.

Á hverri nóttu vöktu slagsmál hann, af ótta við að byrjunin væri loksins komin.

Er sprang aus seiner Robe, bereit, den Kampf zu beenden.

Hann stökk úr skikkjunni, tilbúinn að stöðva bardagann.

Aber der Moment kam nie und sie erreichten schließlich Dawson.

En stundin kom aldrei og þau náðu loksins til Dawsons.

Das Team betrat die Stadt an einem trüben Nachmittag, angespannt und still.

Liðið kom inn í bæinn einn dimman síðdegis, spennt og hljótt.

Der große Kampf um die Führung hing noch immer in der eisigen Luft.

Hin mikla barátta um forystuna hékk enn í frosnu lofti.

Dawson war voller Männer und Schlittenhunde, die alle mit der Arbeit beschäftigt waren.

Dawson var troðfullt af mönnum og sleðahundum, allir önnum kafnir við vinnu.

Buck beobachtete die Hunde von morgens bis abends beim Lastenziehen.

Buck horfði á hundana draga byrðar frá morgni til kvölds.

Sie transportierten Baumstämme und Brennholz und lieferten Vorräte an die Minen.

Þeir fluttu viðarkubba og eldivið og fluttu vistir í námurnar.

Wo früher im Süden Pferde arbeiteten, schufteten heute Hunde.

Þar sem hestar unnu áður á Suðurlandi, unnu hundar nú erfiði.

Buck sah einige Hunde aus dem Süden, aber die meisten waren wolfsähnliche Huskys.

Buck sá nokkra hunda að sunnanverðu, en flestir voru úlfalíkir huskyhundar.

Nachts erhoben die Hunde pünktlich zum ersten Mal ihre Stimmen zum Singen.

Á nóttunni, eins og klukka, hófu hundarnir röddina sína í söng.

Um neun, um Mitternacht und erneut um drei begann der Gesang.

Klukkan níu, um miðnætti og aftur klukkan þrjú hófst söngurinn.
Buck liebte es, in ihren unheimlichen Gesang einzustimmen, der wild und uralt klang.
Buck elskaði að taka þátt í óhugnalegum söng þeirra, villtum og fornum í hljóði.
Das Polarlicht flammte, die Sterne tanzten und das Land war mit Schnee bedeckt.
Norðurljósin loguðu, stjörnur dönsuðu og snjór huldi landið.
Der Gesang der Hunde erhob sich als Aufschrei gegen die Stille und die bittere Kälte.
Söngur hundanna reis upp eins og óp gegn þögninni og bitrandi kuldanum.
Doch in jedem langen Ton ihres Heulens war Trauer und nicht Trotz zu hören.
En úlf þeirra bar með sér sorg, ekki ögrun, í hverjum einasta löngum nótum.
Jeder Klageschrei war voller Flehen; die Last des Lebens selbst.
Hvert kveinstaf var fullt af bæn; byrði lífsins sjálfs.
Dieses Lied war alt – älter als Städte und älter als Feuer
Þetta lag var gamalt – eldra en bæir og eldra en eldar
Dieses Lied war sogar älter als die Stimmen der Menschen.
Þetta lag var jafnvel eldra en raddir manna.
Es war ein Lied aus der jungen Welt, als alle Lieder traurig waren.
Þetta var lag frá unga heiminum, þegar öll lög voru sorgleg.
Das Lied trug den Kummer unzähliger Hundegenerationen in sich.
Lagið bar með sér sorg frá óteljandi kynslóðum hunda.
Buck spürte die Melodie tief und stöhnte vor jahrhundertealtem Schmerz.
Buck fann laglínuna djúpt, kveinaði af sársauka sem átti rætur sínar að rekja til aldanna.
Er schluchzte aus einem Kummer, der so alt war wie das wilde Blut in seinen Adern.
Hann grét af sorg jafn gamalli og villiblóðið í æðum hans.

Die Kälte, die Dunkelheit und das Geheimnisvolle
berührten Bucks Seele.
Kuldinn, myrkrið og leyndardómurinn snertu sál Bucks.
Dieses Lied bewies, wie weit Buck zu seinen Ursprüngen
zurückgekehrt war.
Þetta lag sannaði hversu langt Buck hafði snúið aftur til
uppruna síns.
Durch Schnee und Heulen hatte er den Anfang seines
eigenen Lebens gefunden.
Í gegnum snjó og ýlfur hafði hann fundið upphaf sitt eigið líf.

**Sieben Tage nach ihrer Ankunft in Dawson brachen sie
erneut auf.**
Sjö dögum eftir komu þeirra til Dawson lögðu þau af stað
aftur.
**Das Team verließ die Kaserne und fuhr hinunter zum
Yukon Trail.**
Liðið fór frá herbúðunum niður að Yukon-slóðinni.
Sie begannen die Rückreise nach Dyea und Salt Water.
Þau hófu ferðina aftur til Dyea og Salt Water.
Perrault überbrachte noch dringlichere Depeschen als zuvor.
Perrault flutti enn brýnni sendingar en áður.
**Auch ihn packte der Trail-Stolz, und er wollte einen Rekord
aufstellen.**
Hann var einnig gripinn af slóðastolti og stefndi að því að
setja met.
Diesmal hatte Perrault mehrere Vorteile.
Að þessu sinni voru nokkrir kostir í þágu Perraults.
**Die Hunde hatten eine ganze Woche lang geruht und ihre
Kräfte wiedererlangt.**
Hundarnir höfðu hvílt sig í heila viku og náð kröftum sínum
aftur.
**Die Spur, die sie gebahnt hatten, wurde nun von anderen
festgestampft.**
Slóðin sem þeir höfðu rofið var nú troðin af öðrum.
**An manchen Stellen hatte die Polizei Futter für Hunde und
Menschen gelagert.**

Á köflum hafði lögreglan geymt mat fyrir bæði hunda og karla.
Perrault reiste mit leichtem Gepäck und bewegte sich schnell, ohne dass ihn etwas belastete.
Perrault ferðaðist létt, hratt og lítið sem þyngdi hann.
Sie erreichten Sixty-Mile, eine Strecke von achtzig Kilometern, noch in der ersten Nacht.
Þau náðu Sixty-Mile, fimmtíu mílna hlaupi, fyrstu nóttina.
Am zweiten Tag eilten sie den Yukon hinauf nach Pelly.
Á öðrum degi hlupu þeir upp Yukon-fljótið í átt að Pelly.
Doch dieser tolle Fortschritt war für François mit vielen Strapazen verbunden.
En slíkar góðar framfarir fylgdu mikilli pressu fyrir François.
Bucks stille Rebellion hatte die Disziplin des Teams zerstört.
Hljóðlát uppreisn Bucks hafði brotið niður aga liðsins.
Sie zogen nicht mehr wie ein Tier an den Zügeln.
Þau drógust ekki lengur saman eins og ein skepna í taumunum.
Buck hatte durch sein mutiges Beispiel andere zum Trotz verleitet.
Buck hafði leitt aðra til óhlýðni með djörfung sinni.
Spitz' Befehl stieß weder auf Furcht noch auf Respekt.
Skipun Spitz var ekki lengur mætt með ótta eða virðingu.
Die anderen verloren ihre Ehrfurcht vor ihm und wagten es, sich seiner Herrschaft zu widersetzen.
Hinir misstu lotningu sína fyrir honum og þorðu að veita honum mótspyrnu.
Eines Nachts stahl Pike einen halben Fisch und aß ihn vor Bucks Augen.
Eina nóttina stal Pike hálfum fiski og át hann fyrir framan augað á Buck.
In einer anderen Nacht kämpften Dub und Joe gegen Spitz und blieben ungestraft.
Annað kvöld börðust Dub og Joe við Spitz og sluppu óhegndir.

Sogar Billee jammerte weniger süß und zeigte eine neue Schärfe.
Jafnvel Billee kveinaði ekki eins sætlega og sýndi nýja skarpleika.
Buck knurrte Spitz jedes Mal an, wenn sich ihre Wege kreuzten.
Buck urraði á Spitz í hvert skipti sem þeir mættust.
Bucks Haltung wurde dreist und bedrohlich, fast wie die eines Tyrannen.
Viðhorf Bucks varð djarft og ógnandi, næstum eins og eineltismaður.
Mit stolzgeschwellter Brust und voller spöttischer Bedrohung schritt er vor Spitz auf und ab.
Hann gekk fram hjá Spitz með yfirlæti, fullum af hæðnislegum ógnum.
Dieser Zusammenbruch der Ordnung breitete sich auch unter den Schlittenhunden aus.
Þetta hrun reglnanna breiddist einnig út meðal sleðahundanna.
Sie stritten und stritten mehr denn je und erfüllten das Lager mit Lärm.
Þau börðust og rifuðust meira en nokkru sinni fyrr og fylltu búðirnar af hávaða.
Das Lagerleben verwandelte sich jede Nacht in ein wildes, heulendes Chaos.
Lífið í búðunum breyttist í villt, æpandi ringulreið á hverju kvöldi.
Nur Dave und Solleks blieben ruhig und konzentriert.
Aðeins Dave og Solleks héldu stöðugir og einbeittu sér.
Doch selbst sie wurden durch die ständigen Schlägereien ungehalten.
En jafnvel þeir urðu skapstyggir eftir stöðugu slagsmálin.
François fluchte in fremden Sprachen und stampfte frustriert auf.
François bölvaði á framandi tungumálum og trampaði niður í gremju.

Er riss sich die Haare aus und schrie, während der Schnee unter seinen Füßen wirbelte.
Hann reif í hárið á sér og hrópaði á meðan snjór flaug undir fæturna.
Seine Peitsche knallte über das Rudel, konnte es aber kaum in Schach halten.
Svipan hans sló þvert yfir hópinn en hélt þeim naumlega í röðinni.
Immer wenn er sich umdrehte, brachen die Kämpfe erneut aus.
Í hvert skipti sem hann sneri baki við honum brutust bardagarnir út aftur.
François setzte die Peitsche für Spitz ein, während Buck die Rebellen anführte.
François notaði svipuna fyrir Spitz, á meðan Buck leiddi uppreisnarmennina.
Jeder kannte die Rolle des anderen, aber Buck vermied jegliche Schuldzuweisungen.
Hvor um sig vissi hlutverk hins, en Buck forðaðist alla ásökun.
François hat Buck nie dabei erwischt, wie er eine Schlägerei anfing oder sich vor seiner Arbeit drückte.
François tók aldrei eftir því að Buck byrjaði slagsmál eða svíkja sig úr vinnunni.
Buck arbeitete hart im Geschirr – die Mühe erfüllte ihn jetzt mit Begeisterung.
Buck vann hörðum höndum í beislinu — erfiðið kveikti nú mikinn áhuga hjá honum.
Doch noch mehr Freude bereitete ihm das Anzetteln von Kämpfen und Chaos im Lager.
En hann fann enn meiri gleði í því að kynda undir slagsmálum og ringulreið í búðunum.

Eines Abends schreckte Dub an der Mündung des Tahkeena ein Kaninchen auf.
Eitt kvöldið við ósa Tahkeena hrökk Dub kanínu við.
Er verpasste den Fang und das Schneeschuhkaninchen sprang davon.

Hann missti af gripnum og snjóskókanínan stökk í burtu.
Innerhalb von Sekunden nahm das gesamte Schlittenteam unter wildem Geschrei die Verfolgung auf.
Á nokkrum sekúndum elti allt sleðaliðið við með villtum ópum.
In der Nähe beherbergte ein Lager der Northwest Police fünfzig Huskys.
Þar í grenndinni var lögreglubúðir norðvestursins sem hýstu fimmtíu huskyhunda.
Sie schlossen sich der Jagd an und stürmten gemeinsam den zugefrorenen Fluss hinunter.
Þau tóku þátt í veiðinni og fossuðu saman niður frosna ána.
Das Kaninchen verließ den Fluss und floh in ein gefrorenes Bachbett.
Kanínan beygði af ánni og flúði upp frosinn lækjarfarveg.
Das Kaninchen hüpfte leichtfüßig über den Schnee, während die Hunde sich durchkämpften.
Kanínan hoppaði létt yfir snjóinn á meðan hundarnir börðust í gegnum hann.
Buck führte das riesige Rudel von sechzig Hunden um jede Kurve.
Buck leiddi risavaxna hópinn, sextíu hunda, í kringum hverja beygju.
Er drängte tief und eifrig vorwärts, konnte jedoch keinen Boden gutmachen.
Hann ýtti sér áfram, lágt og ákafur, en náði ekki fótfestu.
Bei jedem kraftvollen Sprung blitzte sein Körper im blassen Mondlicht auf.
Líkami hans glitraði undir fölum tunglinu við hvert öflugt stökk.
Vor uns bewegte sich das Kaninchen wie ein Geist, lautlos und zu schnell, um es einzufangen.
Á undan henni hreyfði kanínan sig eins og draugur, þögul og of hröð til að ná henni.
All diese alten Instinkte – der Hunger, der Nervenkitzel – durchströmten Buck.

Allar þessar gömlu eðlishvötir — hungrið, spennan — þeyttu um Buck.
Manchmal verspüren Menschen diesen Instinkt und werden dazu getrieben, mit Gewehr und Kugel zu jagen.
Menn finna stundum fyrir þessari eðlishvöt, knúnir til veiða með byssu og kúlu.
Aber Buck empfand dieses Gefühl auf einer tieferen und persönlicheren Ebene.
En Buck fann þessa tilfinningu á dýpri og persónulegri plani.
Sie konnten die Wildnis nicht in ihrem Blut spüren, so wie Buck sie spüren konnte.
Þau gátu ekki fundið fyrir villimennskunni í blóði sínu eins og Buck gat fundið hana.
Er jagte lebendes Fleisch, bereit, mit seinen Zähnen zu töten und Blut zu schmecken.
Hann elti lifandi kjöt, tilbúinn að drepa með tönnunum og smakka blóð.
Sein Körper spannte sich vor Freude, er wollte in warmem, rotem Leben baden.
Líkami hans þenstist af gleði, þráði að baða sig í heitu, rauðu lífi.
Eine seltsame Freude markiert den höchsten Punkt, den das Leben jemals erreichen kann.
Undarleg gleði markar hæsta punkt sem lífið getur náð.
Das Gefühl eines Gipfels, bei dem die Lebenden vergessen, dass sie überhaupt am Leben sind.
Tilfinningin um tind þar sem hinir lifandi gleyma að þeir eru jafnvel á lífi.
Diese tiefe Freude berührt den Künstler, der sich in glühender Inspiration verliert.
Þessi djúpa gleði snertir listamanninn sem er týndur í brennandi innblæstri.
Diese Freude ergreift den Soldaten, der wild kämpft und keinen Feind verschont.
Þessi gleði grípur hermanninn sem berst af miklum krafti og hlífir engum óvini.

Diese Freude erfasste nun Buck, der das Rudel mit seinem Urhunger anführte.
Þessi gleði krafðist nú Bucks þar sem hann leiddi hópinn í frumstæðri hungri.

Er heulte mit dem uralten Wolfsschrei, aufgeregt durch die lebendige Jagd.
Hann öskraði með fornum úlfsópi, heillaður af lifandi eltingarleiknum.

Buck hat den ältesten Teil seiner selbst angezapft, der in der Wildnis verloren war.
Buck kynnti sér elsta hluta sjálfs sín, týndan í óbyggðunum.

Er griff tief in sein Inneres, in die Vergangenheit, in die raue, uralte Zeit.
Hann rétti djúpt inn í, fortíðarminningar, inn í hráan, fornan tíma.

Eine Welle puren Lebens durchströmte jeden Muskel und jede Sehne.
Bylgja af hreinu lífi streymdi um alla vöðva og sinar.

Jeder Sprung schrie, dass er lebte, dass er durch den Tod ging.
Hvert stökk hrópaði að hann lifði, að hann færi sig í gegnum dauðann.

Sein Körper schwebte freudig über stilles, kaltes Land, das sich nie regte.
Líkami hans svif fagnandi yfir kyrrlátu, köldu landi sem aldrei hrærðist.

Spitz blieb selbst in seinen wildesten Momenten kalt und listig.
Spitz var kaldur og lævís, jafnvel á villtustu stundum sínum.

Er verließ den Pfad und überquerte das Land, wo der Bach eine weite Biegung machte.
Hann yfirgaf slóðina og fór yfir land þar sem lækurinn sveigði sig í bíðum.

Buck, der davon nichts wusste, blieb auf dem gewundenen Pfad des Kaninchens.
Buck, sem vissi ekki af þessu, hélt sig á hlykkjóttum slóð kanínunnar.

Dann, als Buck um eine Kurve bog, stand das geisterhafte Kaninchen vor ihm.
Þá, þegar Buck beygði, var draugalík kanínan fyrir framan hann.
Er sah, wie eine zweite Gestalt vor der Beute vom Ufer sprang.
Hann sá aðra veru stökkva af bakkanum á undan bráðinni.
Bei der Gestalt handelte es sich um Spitz, der direkt auf dem Weg des fliehenden Kaninchens landete.
Veran var Spitz, sem lenti beint í slóð kanínunnar sem var á flótta.
Das Kaninchen konnte sich nicht umdrehen und traf mitten in der Luft auf Spitz' Kiefer.
Kanínan gat ekki snúið sér við og mætti kjálkum Spitz í lausu lofti.
Das Rückgrat des Kaninchens brach mit einem Schrei, der so scharf war wie der Schrei eines sterbenden Menschen.
Hryggur kanínunnar brotnaði með ópi jafn skörpum og ópi deyjandi manns.
Bei diesem Geräusch – dem Sturz vom Leben in den Tod – heulte das Rudel laut auf.
Við þetta hljóð – fallið frá lífi til dauða – öskraði hópurinn hátt.
Hinter Buck erhob sich ein wilder Chor voller dunkler Freude.
Grimmilegur kór reis upp að baki Buck, fullur af dökkri gleði.
Buck gab keinen Schrei von sich, keinen Laut, und stürmte direkt auf Spitz zu.
Buck kveinaði ekki, ekkert hljóð, og hljóp beint á Spitz.
Er zielte auf die Kehle, traf aber stattdessen die Schulter.
Hann miðaði á hálsinn en hitti í staðinn í öxlina.
Sie stürzten durch den weichen Schnee, ihre Körper waren in einen Kampf verstrickt.
Þau veltust um mjúkan snjó; líkamar þeirra bundnir í bardaga.
Spitz sprang schnell auf, als wäre er nie niedergeschlagen worden.
Spitz spratt snöggt upp, eins og hann hefði aldrei verið felldur.

Er schlug auf Bucks Schulter und sprang dann aus dem Kampf.
Hann skar á öxlina á Buck og stökk síðan frá bardaganum.
Zweimal schnappten seine Zähne wie Stahlfallen, seine Lippen waren grimmig gekräuselt.
Tvisvar brotnuðu tennur hans eins og stálgildrur, varirnar voru krullaðar og grimmilegar.
Er wich langsam zurück und suchte festen Boden unter seinen Füßen.
Hann bakkaði hægt og rólega og leitaði að traustu undirlagi undir fótum sér.
Buck verstand den Moment sofort und vollkommen.
Buck skildi augnablikið samstundis og til fulls.
Die Zeit war gekommen; der Kampf würde ein Kampf auf Leben und Tod werden.
Tíminn var kominn; baráttan yrði barátta upp til dauða.
Die beiden Hunde umkreisten knurrend den Raum, legten die Ohren an und kniffen die Augen zusammen.
Hundarnir tveir gengu í hringi, urraðu, með flöt eyru og þrengd augu.
Jeder Hund wartete darauf, dass der andere Schwäche zeigte oder einen Fehltritt machte.
Hvor hundur fyrir sig beið eftir að hinn sýndi veikleika eða mistök.
Buck hatte ein unheimliches Gefühl, die Szene zu kennen und tief in Erinnerung zu behalten.
Buck fannst þetta atriði óhugnanlega þekkt og djúpt í minningunni.
Die weißen Wälder, die kalte Erde, die Schlacht im Mondlicht.
Hvítir skógar, kalda jörðin, bardaginn undir tunglsljósinu.
Eine schwere Stille erfüllte das Land, tief und unnatürlich.
Þung þögn fyllti landið, djúp og óeðlileg.
Kein Wind regte sich, kein Blatt bewegte sich, kein Geräusch unterbrach die Stille.
Enginn vindur hrærðist, ekkert lauf hreyfðist, ekkert hljóð rauf kyrrðina.

Der Atem der Hunde stieg wie Rauch in die eiskalte, stille Luft.
Andardráttur hundanna reis upp eins og reykur í frosnu, kyrrlátu loftinu.
Das Kaninchen war von der Meute der wilden Tiere längst vergessen.
Kanínan var löngu gleymd af villidýrahópnum.
Diese halb gezähmten Wölfe standen nun still in einem weiten Kreis.
Þessir hálftamdu úlfar stóðu nú kyrrir í víðum hring.
Sie waren still, nur ihre leuchtenden Augen verrieten ihren Hunger.
Þau voru þögul, aðeins glóandi augu þeirra sýndu hungrið.
Ihr Atem stieg auf, als sie den Beginn des Endkampfes beobachteten.
Andardráttur þeirra reif upp á við, horfðu á lokabardagann hefjast.
Für Buck war dieser Kampf alt und erwartet, überhaupt nicht ungewöhnlich.
Fyrir Buck var þessi orrusta gömul og væntanleg, alls ekki undarleg.
Es fühlte sich an wie die Erinnerung an etwas, das schon immer passieren sollte.
Þetta var eins og minning um eitthvað sem alltaf átti að gerast.
Spitz war ein ausgebildeter Kampfhund, gestählt durch zahllose wilde Schlägereien.
Spitz var þjálfaður bardagahundur, sem hafði verið þjálfaður í ótal villtum slagsmálum.
Von Spitzbergen bis Kanada hatte er viele Feinde besiegt.
Frá Svalbarði til Kanada hafði hann sigrað marga óvini.
Er war voller Wut, ließ seiner Wut jedoch nie freien Lauf.
Hann var fullur reiði en lét aldrei stjórn á sér.
Seine Leidenschaft war scharf, aber immer durch einen harten Instinkt gemildert.
Ástríða hans var skörp, en alltaf tempruð af hörðum eðlishvötum.
Er griff nie an, bis seine eigene Verteidigung stand.

Hann réðst aldrei á fyrr en eigin vörn var til staðar.
Buck versuchte immer wieder, Spitz' verwundbaren Hals zu erreichen.
Buck reyndi aftur og aftur að ná til viðkvæms hálss Spitz.
Doch jeder Schlag wurde von Spitz' scharfen Zähnen mit einem Hieb beantwortet.
En hverju höggi mætti Spitz höggi frá hvössum tönnum.
Ihre Reißzähne prallten aufeinander und beide Hunde bluteten aus den aufgerissenen Lippen.
Tennur þeirra skelltust saman og báðir hundarnir blæddu úr rifnum vörum.
Egal, wie sehr Buck sich auch wehrte, er konnte die Verteidigung nicht durchbrechen.
Sama hversu mikið Buck tókst að stökkva fram, hann gat ekki brotið vörnina.
Er wurde immer wütender und stürmte mit wilden Kraftausbrüchen hinein.
Hann æsti æ meir og þaut inn með villtum kraftaskotum.
Immer wieder schlug Buck nach der weißen Kehle von Spitz.
Aftur og aftur reyndi Buck að ná hvítum hálsi Spitz.
Jedes Mal wich Spitz aus und schlug mit einem schneidenden Biss zurück.
Í hvert skipti slapp Spitz undan og sló til baka með biti.
Dann änderte Buck seine Taktik und stürzte sich erneut darauf, als wolle er ihm die Kehle zu Leibe rücken.
Þá breytti Buck um taktík og hljóp aftur eins og hann væri að reyna að ná hálsi.
Doch er zog sich mitten im Angriff zurück und drehte sich um, um von der Seite zuzuschlagen.
En hann hörfaði til baka í miðri sókn og sneri sér að hliðarárás.
Er warf Spitz seine Schulter entgegen, um ihn niederzuschlagen.
Hann kastaði öxlinni í Spitz í þeim tilgangi að fella hann.
Bei jedem Versuch wich Spitz aus und konterte mit einem Hieb.

Í hvert skipti sem hann reyndi forðaðist Spitz og svaraði með höggi.
Bucks Schulter wurde wund, als Spitz nach jedem Schlag davonsprang.
Öxl Bucks skemmdist þegar Spitz stökk fram hjá eftir hvert högg.
Spitz war nicht berührt worden, während Buck aus vielen Wunden blutete.
Spitz hafði ekki verið snert, á meðan Buck blæddi úr mörgum sárum.
Bucks Atem ging schnell und schwer, sein Körper war blutverschmiert.
Buck andaði hratt og þungt, líkami hans rennandi blóðugur.
Mit jedem Biss und Angriff wurde der Kampf brutaler.
Bardaginn varð grimmari með hverju biti og áhlaupi.
Um sie herum warteten sechzig stille Hunde darauf, dass der erste fiel.
Í kringum þá biðu sextíu þöglir hundar eftir að sá fyrsti félli.
Wenn ein Hund zu Boden ging, würde das Rudel den Kampf beenden.
Ef einn hundur féll, myndi hópurinn klára bardagann.
Spitz sah, dass Buck schwächer wurde, und begann, den Angriff voranzutreiben.
Spitz sá að Buck var að veikjast og hóf sóknina.
Er brachte Buck aus dem Gleichgewicht und zwang ihn, um Halt zu kämpfen.
Hann hélt Buck úr jafnvægi og neyddi hann til að berjast fyrir fótfestu.
Einmal stolperte Buck und fiel, und alle Hunde standen auf.
Einu sinni hrasaði Buck og féll, og allir hundarnir risu upp.
Doch Buck richtete sich mitten im Fall auf und alle sanken wieder zu Boden.
En Buck rétti úr sér um miðjan fallið og allir sukku aftur niður.
Buck hatte etwas Seltenes – eine Vorstellungskraft, die aus tiefem Instinkt geboren war.
Buck hafði eitthvað sjaldgæft — ímyndunarafl sem spratt af djúpri eðlishvöt.

Er kämpfte mit natürlichem Antrieb, aber auch mit List.
Hann barðist af eðlislægum krafti, en hann barðist líka af slægð.
Er griff erneut an, als würde er seinen Schulterangriffstrick wiederholen.
Hann hljóp aftur á völlinn eins og hann væri að endurtaka öxlarárásarbragðið sitt.
Doch in der letzten Sekunde ließ er sich fallen und flog unter Spitz hindurch.
En á síðustu stundu féll hann lágt og sveif undir Spitz.
Seine Zähne schnappten um Spitz' linkes Vorderbein.
Tennur hans festust á vinstri framfót Spitz með smell.
Spitz stand nun unsicher da, sein Gewicht ruhte nur noch auf drei Beinen.
Spitz stóð nú óstöðugur, aðeins á þremur fótum.
Buck schlug erneut zu und versuchte dreimal, ihn zu Fall zu bringen.
Buck sló aftur til og reyndi þrisvar sinnum að fella hann.
Beim vierten Versuch nutzte er denselben Zug mit Erfolg
Í fjórðu tilraun notaði hann sömu hreyfingu með góðum árangri.
Diesmal gelang es Buck, Spitz in das rechte Bein zu beißen.
Að þessu sinni tókst Buck að bíta í hægri fótinn á Spitz.
Obwohl Spitz verkrüppelt war und große Schmerzen litt, kämpfte er weiter ums Überleben.
Spitz, þótt hann væri lamaður og í kvalafullum sársauka, hélt áfram að berjast fyrir lífi sínu.
Er sah, wie der Kreis der Huskys enger wurde, die Zungen herausstreckten und deren Augen leuchteten.
Hann sá að hringurinn af husky-hundum þrengdist saman, tungurnar útréttar og augun glóandi.
Sie warteten darauf, ihn zu verschlingen, so wie sie es mit anderen getan hatten.
Þau biðu eftir að gleypa hann, rétt eins og þau höfðu gert við aðra.
Dieses Mal stand er im Mittelpunkt: besiegt und verdammt.
Að þessu sinni stóð hann í miðjunni; sigraður og dæmdur.

Für den weißen Hund gab es jetzt keine Möglichkeit mehr zu entkommen.
Hvíti hundurinn hafði engan möguleika á að flýja núna.
Buck kannte keine Gnade, denn Gnade hatte in der Wildnis nichts zu suchen.
Buck sýndi enga miskunn, því miskunn átti ekki heima í náttúrunni.
Buck bewegte sich vorsichtig und bereitete sich auf den letzten Angriff vor.
Buck gekk varlega og bjó sig undir lokaárásina.
Der Kreis der Huskys schloss sich, er spürte ihren warmen Atem.
Hringurinn af huskyhundum lokaðist um hann; hann fann hlýjan andardrátt þeirra.
Sie duckten sich und waren bereit, im richtigen Moment zu springen.
Þau krjúpu lágt, tilbúin að stökkva þegar stundin kæmi.
Spitz zitterte im Schnee, knurrte und veränderte seine Haltung.
Spitz skalf í snjónum, urraði og breytti stöðu sinni.
Seine Augen funkelten, seine Lippen waren gekräuselt und seine Zähne blitzten in verzweifelter Drohung.
Augun hans glóðu, varirnar krullaðar, tennurnar glitruðu af örvæntingarfullri ógn.
Er taumelte und versuchte immer noch, dem kalten Biss des Todes standzuhalten.
Hann staulaðist, enn að reyna að halda aftur af sér kalda bit dauðans.
Er hatte das schon früher erlebt, aber immer von der Gewinnerseite.
Hann hafði séð þetta áður, en alltaf frá sigurvegaranum.
Jetzt war er auf der Verliererseite, der Besiegte, die Beute, der Tod.
Nú var hann á taparahliðinni; ósigraði; bráðin; dauði.
Buck umkreiste ihn für den letzten Schlag, der Hundekreis rückte näher.

Buck hringdi í kringum sig til að hljóta síðasta höggið, hundahringurinn þrýsti sér nær.

Er konnte ihren heißen Atem spüren; bereit zum Töten.

Hann fann heitan andardrátt þeirra; tilbúin til dráps.

Stille breitete sich aus; alles war an seinem Platz; die Zeit war stehen geblieben.

Þögn sló á; allt var á sínum stað; tíminn hafði stöðvast.

Sogar die kalte Luft zwischen ihnen gefror für einen letzten Moment.

Jafnvel kalda loftið á milli þeirra fraus í eina síðustu stund.

Nur Spitz bewegte sich und versuchte, sein bitteres Ende abzuwenden.

Aðeins Spitz hreyfði sig og reyndi að halda aftur af sér beiska endalokin.

Der Kreis der Hunde schloss sich um ihn, und das war sein Schicksal.

Hundahringurinn var að lokast um hann, eins og örlög hans voru.

Er war jetzt verzweifelt, da er wusste, was passieren würde.

Hann var örvæntingarfullur núna, vitandi hvað myndi gerast.

Buck sprang hinein, Schulter an Schulter traf ein letztes Mal.

Buck stökk inn, öxl mættist öxl í síðasta sinn.

Die Hunde drängten vorwärts und deckten Spitz in der verschneiten Dunkelheit.

Hundarnir þustu fram og huldu Spitz í snjóþöktu myrkrinu.

Buck sah zu, aufrecht stehend; der Sieger in einer wilden Welt.

Buck horfði á, standandi rakur; sigurvegarinn í villtum heimi.

Das dominante Urtier hatte seine Beute gemacht, und es war gut.

Ríkjandi frumdýrið hafði gert bráðabirgðaverk, og það var gott.

Wer die Meisterschaft erlangt hat
Hann, sem hefur sigrað til meistara

„Wie? Was habe ich gesagt? Ich sage die Wahrheit, wenn ich sage, dass Buck ein Teufel ist."
„Ha? Hvað sagði ég? Ég segi satt þegar ég segi að Buck sé djöfull."
François sagte dies am nächsten Morgen, nachdem er festgestellt hatte, dass Spitz verschwunden war.
François sagði þetta morguninn eftir eftir að hafa fundið Spitz týndan.
Buck stand da, übersät mit Wunden aus dem erbitterten Kampf.
Buck stóð þar, þakinn sárum eftir hina grimmlegu bardaga.
François zog Buck zum Feuer und zeigte auf die Verletzungen.
François dró Buck að eldinum og benti á sárin.
„Dieser Spitz hat gekämpft wie der Devik", sagte Perrault und beäugte die tiefen Schnittwunden.
„Þessi Spitz barðist eins og Devik," sagði Perrault og horfði á djúpu sárin.
„Und dieser Buck hat wie zwei Teufel gekämpft", antwortete François sofort.
„Og að Buck barðist eins og tveir djöflar," svaraði François þegar í stað.
„Jetzt kommen wir gut voran; kein Spitz mehr, kein Ärger mehr."
„Nú skulum við njóta góðs tíma; engir fleiri Spitz, engin meiri vandræði."
Perrault packte die Ausrüstung und belud den Schlitten sorgfältig.
Perrault var að pakka farangursdótinu og hlaða sleðann af varúð.
François spannte die Hunde für den Lauf des Tages an.
François beislaði hundana til að undirbúa sig fyrir hlaup dagsins.

Buck trabte direkt an die Führungsposition, die einst Spitz innehatte.
Buck skokkaði beint í forystustöðuna sem Spitz hafði eitt sinn haft.
Doch François bemerkte es nicht und führte Solleks nach vorne.
En François, sem tók ekki eftir því, leiddi Solleks fram á við.
Nach François' Einschätzung war Solleks nun der beste Leithund.
Að mati François var Solleks nú besti leiðtogahundurinn.
Buck stürzte sich wütend auf Solleks und trieb ihn aus Protest zurück.
Buck stökk á Solleks í reiði og rak hann til baka í mótmælaskyni.
Er stand dort, wo einst Spitz gestanden hatte, und beanspruchte die Führungsposition.
Hann stóð þar sem Spitz hafði áður staðið og eignaðist forystusætið.
„Wie? Wie?", rief François und schlug sich amüsiert auf die Schenkel.
„Ha? Ha?" hrópaði François og sló sér á lærin í skemmtun.
„Sehen Sie sich Buck an – er hat Spitz umgebracht und jetzt will er ihm den Job wegnehmen!"
„Líttu á Buck – hann drap Spitz, nú vill hann taka starfið!"
„Geh weg, Chook!", schrie er und versuchte, Buck zu vertreiben.
„Farðu í burtu, Chook!" hrópaði hann og reyndi að reka Buck í burtu.
Aber Buck weigerte sich, sich zu bewegen und blieb fest im Schnee stehen.
En Buck neitaði að hreyfa sig og stóð fastur í snjónum.
François packte Buck am Genick und zog ihn beiseite.
François greip í höfuðið á Buck og dró hann til hliðar.
Buck knurrte leise und drohend, griff aber nicht an.
Buck urraði lágt og ógnandi en réðst ekki á.
François brachte Solleks wieder in Führung und versuchte, den Streit zu schlichten

François kom Solleks aftur yfir og reyndi að jafna deiluna.
Der alte Hund zeigte Angst vor Buck und wollte nicht bleiben.
Gamli hundurinn sýndi ótta við Buck og vildi ekki vera áfram.
Als François ihm den Rücken zuwandte, verjagte Buck Solleks wieder.
Þegar François sneri baki við, rak Buck Solleks út aftur.
Solleks leistete keinen Widerstand und trat erneut leise zur Seite.
Solleks veitti enga mótspyrnu og færði sig hljóðlega til hliðar á ný.
François wurde wütend und schrie: „Bei Gott, ich werde dich heilen!"
François reiddist og hrópaði: „Í Guðs nafni, ég laga þig!"
Er kam mit einer schweren Keule in der Hand auf Buck zu.
Hann kom að Buck með þunga kylfu í hendinni.
Buck erinnerte sich gut an den Mann im roten Pullover.
Buck mundi vel eftir manninum í rauða peysunni.
Er zog sich langsam zurück, beobachtete François, knurrte jedoch tief.
Hann hörfaði hægt, horfði á François en urraði djúpt.
Er eilte nicht zurück, auch nicht, als Solleks an seiner Stelle stand.
Hann hraðaði sér ekki til baka, jafnvel þegar Solleks stóð á sínum stað.
Buck kreiste knapp außerhalb seiner Reichweite und knurrte wütend und protestierend.
Buck hringdi rétt utan seilingar, urraði af reiði og mótmælum.
Er behielt den Schläger im Auge und war bereit auszuweichen, falls François warf.
Hann hélt augunum á kylfunni, tilbúinn að forðast ef François kastaði.
Er war weise und vorsichtig geworden im Umgang mit bewaffneten Männern.
Hann hafði orðið vitur og varkár í því hvernig vopnaðir menn áttu að umgangast.
François gab auf und rief Buck erneut an seinen alten Platz.

François gafst upp og kallaði Buck aftur heim til síns fyrra heimilis.

Aber Buck trat vorsichtig zurück und weigerte sich, dem Befehl Folge zu leisten.

En Buck steig varlega til baka og neitaði að hlýða skipuninni.

François folgte ihm, aber Buck wich nur ein paar Schritte zurück.

François fylgdi á eftir, en Buck hörfaði aðeins nokkur skref í viðbót.

Nach einiger Zeit warf François frustriert die Waffe hin.

Eftir smá stund kastaði François vopninu niður í gremju.

Er dachte, Buck hätte Angst vor einer Tracht Prügel und würde ruhig kommen.

Hann hélt að Buck óttaðist barsmíð og ætlaði að koma hljóðlega.

Aber Buck wollte sich nicht vor einer Strafe drücken – er kämpfte um seinen Rang.

En Buck forðaðist ekki refsingu — hann var að berjast fyrir tign.

Er hatte sich den Platz als Leithund durch einen Kampf auf Leben und Tod verdient

Hann hafði unnið sér inn leiðtogasætið með bardaga upp á líf og dauða.

er würde sich mit nichts Geringerem zufrieden geben, als der Anführer zu sein.

Hann ætlaði ekki að sætta sig við neitt minna en að vera leiðtogi.

Perrault beteiligte sich an der Verfolgung, um den rebellischen Buck zu fangen.

Perrault tók þátt í eftirförinni til að hjálpa til við að ná uppreisnargjörnum Buck.

Gemeinsam ließen sie ihn fast eine Stunde lang durch das Lager laufen.

Saman hlupu þau með honum um búðirnar í næstum klukkustund.

Sie warfen Knüppel nach ihm, aber Buck wich jedem Schlag geschickt aus.
Þeir köstuðu kylfum að honum, en Buck forðaðist hverja þeirra af list.
Sie verfluchten ihn, seine Vorfahren, seine Nachkommen und jedes Haar an ihm.
Þeir formæltu honum, forfeðrum hans, niðjum hans og hverju hári á honum.
Aber Buck knurrte nur zurück und blieb gerade außerhalb ihrer Reichweite.
En Buck urraði bara á móti og hélt sig rétt utan seilingar þeirra.
Er versuchte nie wegzulaufen, sondern umkreiste das Lager absichtlich.
Hann reyndi aldrei að flýja heldur fór af ásettu ráði í kringum búðirnar.
Er machte klar, dass er gehorchen würde, sobald sie ihm gäben, was er wollte.
Hann gaf skýrt til kynna að hann myndi hlýða um leið og þeir gæfu honum það sem hann vildi.
Schließlich setzte sich François hin und kratzte sich frustriert am Kopf.
François settist loksins niður og klóraði sér í höfðinu af gremju.
Perrault sah auf seine Uhr, fluchte und murmelte etwas über die verlorene Zeit.
Perrault leit á úrið sitt, bölvaði og muldraði um glataðan tíma.
Obwohl sie eigentlich auf der Spur sein sollten, war bereits eine Stunde vergangen.
Klukkustund var þegar liðin þegar þau hefðu átt að vera komin á slóðina.
François zuckte verlegen mit den Achseln, als der Kurier resigniert seufzte.
François yppti öxlum feimnislega til sendiboðans, sem andvarpaði ósigrandi.
Dann ging François zu Solleks und rief Buck noch einmal.
Þá gekk François til Solleks og kallaði enn á Buck.

Buck lachte wie ein Hund, wahrte jedoch vorsichtig seine Distanz.
Buck hló eins og hundur hlær en hélt varfærnislegri fjarlægð.
François nahm Solleks das Geschirr ab und brachte ihn an seinen Platz zurück.
François tók af Solleks beisli og setti hann aftur á sinn stað.
Das Schlittenteam stand voll angespannt da, nur ein Platz war unbesetzt.
Sleðaliðið stóð fullbúið í beislum, með aðeins eitt laust sæti.
Die Führungsposition blieb leer und war eindeutig nur für Buck bestimmt.
Forystusætið var enn autt, greinilega ætluð Buck einum.
François rief erneut, und wieder lachte Buck und blieb standhaft.
François kallaði aftur, og aftur hló Buck og stóð fast á sínu.
„Wirf die Keule weg", befahl Perrault ohne zu zögern.
„Kastið niður kylfunni," skipaði Perrault án þess að hika.
François gehorchte und Buck trabte sofort stolz vorwärts.
François hlýddi og Buck skokkaði þegar í stað stoltur áfram.
Er lachte triumphierend und übernahm die Führungsposition.
Hann hló sigri hrósandi og steig í fremstu stöðu.
François befestigte seine Leinen und der Schlitten wurde losgerissen.
François tryggði sér slóðir og sleðinn losnaði.
Beide Männer liefen neben dem Team her, als es auf den Flusspfad rannte.
Báðir mennirnir hlupu hlið við hlið þegar liðið hljóp út á slóðann meðfram ánni.
François hatte Bucks „zwei Teufel" sehr geschätzt,
François hafði haft mikils mat á „tvo djöfla" Bucks.
aber er merkte bald, dass er den Hund tatsächlich unterschätzt hatte.
en hann áttaði sig fljótt á því að hann hafði í raun vanmetið hundinn.
Buck übernahm schnell die Führung und erbrachte hervorragende Leistungen.

Buck tók fljótt við forystu og stóð sig með mikilli prýði.
In puncto Urteilsvermögen, schnelles Denken und schnelles Handeln übertraf Buck Spitz.
Í dómgreind, skjótri hugsun og hraðri aðgerðum fór Buck fram úr Spitz.
François hatte noch nie einen Hund gesehen, der dem von Buck gleichkam.
François hafði aldrei séð hund jafngóðan og Buck sýndi nú.
Aber Buck war wirklich herausragend darin, für Ordnung zu sorgen und Respekt zu erlangen.
En Buck skaraði sannarlega fram úr í að framfylgja reglu og vekja virðingu.
Dave und Solleks akzeptierten die Änderung ohne Bedenken oder Protest.
Dave og Solleks samþykktu breytinguna án áhyggna eða mótmæla.
Sie konzentrierten sich nur auf die Arbeit und zogen kräftig die Zügel an.
Þau einbeittust aðeins að vinnu og að toga fast í taumana.
Es war ihnen egal, wer führte, solange der Schlitten in Bewegung blieb.
Þeim var alveg sama hver leiddi, svo lengi sem sleðinn hélt áfram.
Billee, der Fröhliche, hätte, soweit es sie interessierte, die Führung übernehmen können.
Billee, sú glaðlynda, hefði getað leitt hvað sem þeim þótti vænt um.
Was ihnen wichtig war, waren Frieden und Ordnung in den Reihen.
Það sem skipti þá máli var friður og regla innan raðanna.

Der Rest des Teams war während Spitz' Niedergang unbändig geworden.
Restin af liðinu hafði orðið óstýrilát á meðan Spitz var á hnignunartíma.
Sie waren schockiert, als Buck sie sofort zur Ordnung rief.
Þau voru steinhissa þegar Buck færði þau strax til að panta.

Pike war immer faul gewesen und hatte Buck hinterhergehangen.
Pike hafði alltaf verið latur og dregið fæturna á eftir Buck.
Doch nun wurde er von der neuen Führung scharf diszipliniert.
En nú var hann agaður harðlega af nýju forystunni.
Und er lernte schnell, seinen Teil zum Team beizutragen.
Og hann lærði fljótt að leggja sitt af mörkum í liðinu.
Am Ende des Tages hatte Pike härter gearbeitet als je zuvor.
Í lok dagsins vann Pike meira en nokkru sinni fyrr.
In dieser Nacht im Lager wurde Joe, der mürrische Hund, endlich beruhigt.
Þetta kvöld í búðunum var Joe, súri hundurinn, loksins yfirbugaður.
Spitz hatte es nicht geschafft, ihn zu disziplinieren, aber Buck versagte nicht.
Spitz hafði ekki agað hann, en Buck brást ekki.
Durch die Nutzung seines größeren Gewichts überwältigte Buck Joe in Sekundenschnelle.
Með því að nota stærri þyngd sína yfirbugaði Buck Joe á nokkrum sekúndum.
Er biss und schlug Joe, bis dieser wimmerte und aufhörte, sich zu wehren.
Hann beit og barði Joe þar til hann kveinaði og hætti að veita mótspyrnu.
Von diesem Moment an verbesserte sich das gesamte Team.
Allt liðið batnaði frá þeirri stundu.
Die Hunde erlangten ihre alte Einheit und Disziplin zurück.
Hundarnir endurheimtu gamla samheldni sína og aga.
In Rink Rapids kamen zwei neue einheimische Huskies hinzu, Teek und Koona.
Í Rink Rapids bættust tveir nýir innfæddir husky-hundar, Teek og Koona, við.
Bucks schnelle Ausbildung erstaunte sogar François.
Hröð þjálfun Bucks á þeim kom jafnvel François á óvart.
„So einen Hund wie diesen Buck hat es noch nie gegeben!", rief er erstaunt.

„Aldrei hefur slíkur hundur verið til eins og þessi Buck!"
hrópaði hann undrandi.
„Nein, niemals! Er ist tausend Dollar wert, bei Gott!"
„Nei, aldrei! Hann er þúsund dollara virði, fyrir Guðs sakir!"
„Wie? Was sagst du dazu, Perrault?", fragte er stolz.
„Ha? Hvað segirðu, Perrault?" spurði hann stoltur.
Perrault nickte zustimmend und überprüfte seine Notizen.
Perrault kinkaði kolli til samþykkis og fór yfir glósurnar sínar.
Wir liegen bereits vor dem Zeitplan und kommen täglich weiter voran.
Við erum nú þegar á undan áætlun og náum meiri árangri með hverjum deginum.
Der Weg war festgestampft und glatt, es lag kein Neuschnee.
Slóðin var harðgerð og greið, án nýsnjóss.
Es war konstant kalt und lag die ganze Zeit bei minus fünfzig Grad.
Kuldinn var stöðugur, fimmtíu frostmark allan tímann.
Die Männer ritten und rannten abwechselnd, um sich warm zu halten und Zeit zu gewinnen.
Mennirnir riðu og hlupu til skiptis til að halda á sér hita og ná tíma.
Die Hunde rannten schnell, mit wenigen Pausen, immer vorwärts.
Hundarnir hlupu hratt með fáum stoppum, alltaf á undan.
Der Thirty Mile River war größtenteils zugefroren und leicht zu überqueren.
Þrjátíu mílna áin var að mestu leyti frosin og auðvelt að ferðast yfir hana.
Was zehn Tage gedauert hatte, wurde an einem Tag verschickt.
Þau fóru út á einum degi það sem hafði tekið tíu daga að koma inn.
Sie legten einen sechsundneunzig Kilometer langen Sprint vom Lake Le Barge nach White Horse zurück.
Þau óku sextíu mílna langt frá Le Barge-vatni til Hvíta hestsins.

Sie bewegten sich unglaublich schnell über die Seen Marsh, Tagish und Bennett.
Yfir Marsh-, Tagish- og Bennett-vötnin fóru þau ótrúlega hratt.
Der laufende Mann wird an einem Seil hinter dem Schlitten hergezogen.
Hlaupamaðurinn dró sig á eftir sleðanum í reipi.
In der letzten Nacht der zweiten Woche erreichten sie ihr Ziel.
Síðasta kvöldið í annarri viku komust þau á áfangastað.
Sie hatten gemeinsam die Spitze des White Pass erreicht.
Þau höfðu komist saman upp á topp Hvítaskarðsins.
Sie sanken auf Meereshöhe hinab, mit den Lichtern von Skaguay unter ihnen.
Þau féllu niður að sjávarmáli með ljósin á Skaguay fyrir neðan sig.
Es war ein Rekordlauf durch kilometerlange kalte Wildnis.
Þetta hafði verið methlaup yfir kílómetra af köldum óbyggðum.
An vierzehn aufeinanderfolgenden Tagen legten sie im Durchschnitt satte vierundsechzig Kilometer zurück.
Í fjórtán daga samfleytt óku þeir að meðaltali rúmar fjörutíu kílómetra.
In Skaguay transportierten Perrault und François Fracht durch die Stadt.
Í Skaguay fluttu Perrault og François farm um bæinn.
Die bewundernde Menge jubelte ihnen zu und bot ihnen viele Getränke an.
Þeim var fagnað og boðið upp á marga drykki af aðdáunarverðum mannfjölda.
Hundefänger und Arbeiter versammelten sich um das berühmte Hundegespann.
Hundaeyðingarmenn og verkamenn söfnuðust saman í kringum hið fræga hundateymi.
Dann kamen Gesetzlose aus dem Westen in die Stadt und erlitten eine brutale Niederlage.
Þá komu vestrænir útlagar til bæjarins og biðu harkalegs ósigur.

Die Leute vergaßen bald das Team und konzentrierten sich auf neue Dramen.
Fólkið gleymdi fljótt liðinu og einbeitti sér að nýrri dramatík.
Dann kamen die neuen Befehle, die alles auf einen Schlag veränderten.
Þá komu nýju skipanirnar sem breyttu öllu í einu.
François rief Buck zu sich und umarmte ihn mit tränenreichem Stolz.
François kallaði á Buck og faðmaði hann með tárvotum stolti.
In diesem Moment sah Buck François zum letzten Mal wieder.
Þessi stund var í síðasta sinn sem Buck sá François aftur.
Wie viele Männer zuvor waren sowohl François als auch Perrault nicht mehr da.
Eins og margir menn áður voru bæði François og Perrault farnir.
Ein schottischer Mischling übernahm das Kommando über Buck und seine Schlittenhunde-Kollegen.
Skoskur hálfkynshundur tók umsjón með Buck og sleðahundafélögum hans.
Mit einem Dutzend anderer Hundegespanne kehrten sie auf dem Weg nach Dawson zurück.
Með tylft annarra hundateyma sneru þeir aftur eftir slóðinni til Dawson.
Es war kein Schnelllauf mehr, sondern harte Arbeit mit einer schweren Last jeden Tag.
Þetta var engin hröð hlaup núna — bara erfitt strit með þungri byrði á hverjum degi.
Dies war der Postzug, der den Goldsuchern in der Nähe des Pols Nachrichten brachte.
Þetta var póstlest sem bar tíðindi til gullveiðimanna nálægt pólnum.
Buck mochte die Arbeit nicht, ertrug sie jedoch gut und war stolz auf seine Leistung.
Buck líkaði ekki verkið en þoldi það vel og var stoltur af erfiði sínu.

Wie Dave und Solleks zeigte Buck Hingabe bei jeder täglichen Aufgabe.
Eins og Dave og Solleks sýndi Buck hollustu í hverju daglegu starfi.
Er stellte sicher, dass jeder seiner Teamkollegen seinen Teil beitrug.
Hann gætti þess að liðsfélagar hans legðu allir sitt af mörkum.
Das Leben auf dem Trail wurde langweilig und wiederholte sich mit der Präzision einer Maschine.
Lífið á slóðunum varð dauflegt, endurtekið með nákvæmni vélarinnar.
Jeder Tag fühlte sich gleich an, ein Morgen ging in den nächsten über.
Hver dagur var eins, einn morgunn rann upp í þann næsta.
Zur gleichen Stunde standen die Köche auf, um Feuer zu machen und Essen zuzubereiten.
Á sama tíma risu kokkarnir upp til að kveikja eld og útbúa mat.
Nach dem Frühstück verließen einige das Lager, während andere die Hunde anspannten.
Eftir morgunmat yfirgáfu sumir tjaldstæðið á meðan aðrir beisluðu hundana.
Sie machten sich auf den Weg, bevor die schwache Morgendämmerung den Himmel berührte.
Þau lögðu af stað áður en dauf viðvörun um dögun náði til himins.
Nachts hielten sie an, um ihr Lager aufzuschlagen, wobei jeder Mann eine festgelegte Aufgabe hatte.
Að nóttu til námu þeir staðar til að slá upp tjaldbúðum, hver maður með ákveðna skyldu.
Einige stellten die Zelte auf, andere hackten Feuerholz und sammelten Kiefernzweige.
Sumir reistu tjöld, aðrir höggu eldivið og söfnuðu furugreinum.
Zum Abendessen wurde den Köchen Wasser oder Eis mitgebracht.
Vatn eða ís var borið aftur til kokkanna fyrir kvöldmatinn.

Die Hunde wurden gefüttert und das war für sie der schönste Teil des Tages.
Hundunum var gefið að éta og þetta var besti hluti dagsins fyrir þá.
Nachdem sie Fisch gegessen hatten, entspannten sich die Hunde und machten es sich in der Nähe des Feuers gemütlich.
Eftir að hafa borðað fisk slökuðu hundarnir á og lágu við eldinn.
Im Konvoi waren noch hundert andere Hunde, unter die man sich mischen konnte.
Það voru hundrað aðrir hundar í bílalestinni til að blanda geði við.
Viele dieser Hunde waren wild und kämpften ohne Vorwarnung.
Margir þessara hunda voru grimmir og fljótir til að berjast án viðvörunar.
Doch nach drei Siegen war Buck selbst den härtesten Kämpfern überlegen.
En eftir þrjá sigra hafði Buck náð tökum á jafnvel hörðustu bardagamönnum.
Als Buck nun knurrte und die Zähne fletschte, traten sie zur Seite.
Þegar Buck urraði og sýndi tennurnar, stigu þeir til hliðar.
Und das Beste war vielleicht, dass Buck es liebte, neben dem flackernden Lagerfeuer zu liegen.
Kannski best af öllu var að Buck elskaði að liggja við logandi varðeldinn.
Er hockte mit angezogenen Hinterbeinen und nach vorne gestreckten Vorderbeinen.
Hann kraup niður með afturfæturna krókna og framfæturna teygða fram.
Er hatte den Kopf erhoben und blinzelte sanft in die glühenden Flammen.
Hann lyfti höfðinu er hann blikkaði lágt að glóandi logunum.
Manchmal musste er an Richter Millers großes Haus in Santa Clara denken.

Stundum minntist hann stóra húss dómara Millers í Santa Clara.

Er dachte an den Zementpool, an Ysabel und den Mops namens Toots.

Hann hugsaði um sementslaugina, um Ysabel og mopshundinn sem hét Toots.

Aber häufiger musste er an die Keule des Mannes mit dem roten Pullover denken.

En oftar minntist hann mannsins með kylfuna í rauðu peysunni.

Er erinnerte sich an Curlys Tod und seinen erbitterten Kampf mit Spitz.

Hann minntist dauða Krullað og harðrar baráttu hans við Spitz.

Er erinnerte sich auch an das gute Essen, das er gegessen hatte oder von dem er immer noch träumte.

Hann minntist líka á góða matinn sem hann hafði borðað eða dreymdi enn um.

Buck hatte kein Heimweh – das warme Tal war weit weg und unwirklich.

Buck var ekki heimþráandi — hlýi dalurinn var fjarlægur og óraunverulegur.

Die Erinnerungen an Kalifornien hatten keine große Anziehungskraft mehr auf ihn.

Minningarnar frá Kaliforníu höfðu ekki lengur neitt raunverulegt aðdráttarafl í honum.

Stärker als die Erinnerung waren die tief in seinem Blut verwurzelten Instinkte.

Sterkari en minnið voru eðlishvöt djúpt í ætt hans.

Einst verlorene Gewohnheiten waren zurückgekehrt und durch den Weg und die Wildnis wiederbelebt worden.

Venjur sem eitt sinn höfðu glatast höfðu komið aftur, endurvaknar af slóðinni og náttúrunni.

Während Buck das Feuerlicht betrachtete, veränderte sich seine Wahrnehmung manchmal.

Þegar Buck horfði á eldsljósið breyttist það stundum í eitthvað allt annað.

Er sah im Feuerschein ein anderes Feuer, älter und tiefer als das gegenwärtige.
Hann sá í eldsljósinu annan eld, eldri og dýpri en þann sem nú er.
Neben dem anderen Feuer hockte ein Mann, der anders aussah als der Mischlingskoch.
Við hinn eldinn kraup maður ólíkt hálfkyns kokkinum.
Diese Figur hatte kurze Beine, lange Arme und harte, verknotete Muskeln.
Þessi veru hafði stutta fætur, langa handleggi og harða, hnúta vöðva.
Sein Haar war lang und verfilzt und fiel von den Augen nach hinten ab.
Hár hans var langt og flækt, hallandi aftur frá augunum.
Er gab seltsame Geräusche von sich und starrte voller Angst in die Dunkelheit.
Hann gaf frá sér undarleg hljóð og starði hræddur út í myrkrið.
Er hielt eine Steinkeule tief in seiner langen, rauen Hand fest.
Hann hélt steinkylfu lágt, fast í hendi sinni, löngu, grófu.
Der Mann trug wenig, nur eine verkohlte Haut, die ihm den Rücken hinunterhing.
Maðurinn var lítið í fötum; bara brunninn skinn sem hékk niður bakið á honum.
Sein Körper war an Armen, Brust und Oberschenkeln mit dichtem Haar bedeckt.
Líkami hans var þakinn þykku hári sem þvert yfir handleggi, bringu og læri.
Einige Teile des Haares waren zu rauen Fellbüscheln verfilzt.
Sumir hlutar hársins voru flæktir í grófa feldarbletti.
Er stand nicht gerade, sondern war von der Hüfte bis zu den Knien nach vorne gebeugt.
Hann stóð ekki beinn heldur beygði sig fram frá mjöðmum að hnjám.

Seine Schritte waren federnd und katzenartig, als wäre er immer zum Sprung bereit.
Skref hans voru fjaðrandi og kattarleg, eins og hann væri alltaf tilbúinn til að stökkva.
Er war in höchster Wachsamkeit, als lebte er in ständiger Angst.
Það var mikil árvekni, eins og hann lifði í stöðugum ótta.
Dieser alte Mann schien mit Gefahr zu rechnen, ob er die Gefahr nun sah oder nicht.
Þessi forni maður virtist búast við hættu, hvort sem hættan var sjáanleg eða ekki.
Manchmal schlief der haarige Mann am Feuer, den Kopf zwischen die Beine gesteckt.
Stundum svaf loðni maðurinn við eldinn, höfuðið á milli fótanna.
Seine Ellbogen ruhten auf seinen Knien, die Hände waren über seinem Kopf gefaltet.
Olnbogarnir hvíldu á hnjánum, hendurnar krosslagðar fyrir ofan höfuðið.
Wie ein Hund benutzte er seine haarigen Arme, um den fallenden Regen abzuschütteln.
Eins og hundur notaði hann loðna handleggi sína til að varpa frá sér fallandi rigningunni.
Hinter dem Feuerschein sah Buck zwei Kohlen im Dunkeln glühen.
Handan við eldinn sá Buck tvö glóandi kol í myrkrinu.
Immer zu zweit, waren sie die Augen der sich anpirschenden Raubtiere.
Alltaf tvö og tvö, þau voru augu rándýra á hælunum.
Er hörte, wie Körper durchs Unterholz krachten und Geräusche in der Nacht.
Hann heyrði lík brotna í gegnum runna og hljóð sem heyrðust í nóttinni.
Buck lag blinzelnd am Ufer des Yukon und träumte am Feuer.
Buck liggjandi á bakka Yukon-fljóts, blikkandi, dreymdi við eldinn.

Die Anblicke und Geräusche dieser wilden Welt ließen ihm die Haare zu Berge stehen.
Hljóðin og sjónirnar úr þessum villta heimi fengu hann til að rísa.
Das Fell stand ihm über den Rücken, die Schultern und den Hals hinauf.
Feldurinn reis meðfram baki hans, axlunum og upp hálsinn.
Er wimmerte leise oder gab ein tiefes Knurren aus der Brust von sich.
Hann kveinaði lágt eða urraði lágt djúpt í brjósti sér.
Dann rief der Mischlingskoch: „Hey, du Buck, wach auf!"
Þá hrópaði hálfklæddi kokkurinn: „Heyrðu, þú Buck, vaknaðu!"
Die Traumwelt verschwand und das wirkliche Leben kehrte in Bucks Augen zurück.
Draumaheimurinn hvarf og raunveruleikinn birtist aftur í augum Bucks.
Er wollte aufstehen, sich strecken und gähnen, als wäre er aus einem Nickerchen erwacht.
Hann ætlaði að standa upp, teygja sig og gapja, eins og hann hefði vaknað úr blundi.
Die Reise war anstrengend, da sie den Postschlitten hinter sich herziehen mussten.
Ferðin var erfið, þar sem póstsleðinn dróst á eftir þeim.
Schwere Lasten und harte Arbeit zermürbten die Hunde jeden langen Tag.
Þungar byrðar og erfitt starf tæmdu hundana á hverjum löngum degi.
Sie kamen dünn und müde in Dawson an und brauchten über eine Woche Ruhe.
Þau komu til Dawson grann, þreytt og þurftu meira en viku hvíld.
Doch nur zwei Tage später machten sie sich erneut auf den Weg den Yukon hinunter.
En aðeins tveimur dögum síðar lögðu þeir aftur af stað niður Júkonfljótið.

Sie waren mit weiteren Briefen beladen, die für die Außenwelt bestimmt waren.
Þau voru hlaðin fleiri bréfum sem voru á leið til umheimsins.
Die Hunde waren erschöpft und die Männer beschwerten sich ständig.
Hundarnir voru úrvinda og mennirnir kvörtuðu stöðugt.
Jeden Tag fiel Schnee, der den Weg weicher machte und die Schlitten verlangsamte.
Snjór féll á hverjum degi, mýkti slóðina og hægði á sleðanum.
Dies führte zu einem stärkeren Ziehen und einem größeren Widerstand der Läufer.
Þetta olli því að togið var harðara og hlaupararnir voru meira móttækilegir.
Trotzdem waren die Fahrer fair und kümmerten sich um ihre Teams.
Þrátt fyrir það voru ökumennirnir sanngjarnir og umhyggjusamir gagnvart liðum sínum.
Jeden Abend wurden die Hunde gefüttert, bevor die Männer etwas zu essen bekamen.
Á hverju kvöldi voru hundarnir fóðraðir áður en mennirnir fengu að borða.
Kein Mann geht schlafen, ohne vorher die Pfoten seines eigenen Hundes zu kontrollieren.
Enginn maður sofnar áður en hann hefur athugað fætur hunds síns.
Dennoch wurden die Hunde mit jeder zurückgelegten Strecke schwächer.
Samt sem áður veiktust hundarnir eftir því sem kílómetrarnir drógu á líkama þeirra.
Sie waren den ganzen Winter über zweitausendachthundert Kilometer gereist.
Þau höfðu ferðast átján hundruð mílur í vetur.
Sie zogen Schlitten über jede Meile dieser brutalen Distanz.
Þeir drógu sleða yfir hverja einustu kílómetra af þessari grimmilegu vegalengd.
Selbst die härtesten Schlittenhunde spüren nach so vielen Kilometern die Belastung.

Jafnvel hörðustu sleðahundarnir finna fyrir álagi eftir svona marga kílómetra.

Buck hielt durch, sorgte für die Weiterarbeit seines Teams und sorgte für die nötige Disziplin.

Buck hélt út, hélt liðinu sínu gangandi og viðhélt aga.

Aber Buck war müde, genau wie die anderen auf der langen Reise.

En Buck var þreyttur, rétt eins og hinir á hinni löngu ferð.

Billee wimmerte und weinte jede Nacht ohne Ausnahme im Schlaf.

Billee kveinaði og grét í svefni á hverju kvöldi án þess að bregðast.

Joe wurde noch verbitterter und Solleks blieb kalt und distanziert.

Joe varð enn bitrari og Solleks var kaldur og fjarlægur.

Doch Dave war derjenige des gesamten Teams, der am meisten darunter litt.

En það var Dave sem varð verst úti af öllu liðinu.

Irgendetwas in seinem Inneren war schiefgelaufen, doch niemand wusste, was.

Eitthvað hafði farið úrskeiðis innra með honum, þótt enginn vissi hvað.

Er wurde launischer und fuhr andere mit wachsender Wut an.

Hann varð skapstyggari og reiðist á aðra.

Jede Nacht ging er direkt zu seinem Nest und wartete darauf, gefüttert zu werden.

Á hverju kvöldi fór hann beint í hreiður sitt og beið eftir að fá að borða.

Als Dave einmal unten war, stand er bis zum Morgen nicht mehr auf.

Þegar Dave var kominn niður vaknaði hann ekki aftur fyrr en að morgni.

Plötzliche Rucke oder Anlaufe an den Zügeln ließen ihn vor Schmerzen aufschreien.

Skyndilegir kippir eða rykk í taumunum ollu því að hann hrópaði af sársauka.

Sein Fahrer suchte nach der Ursache, konnte jedoch keine Verletzungen feststellen.
Ökumaður hans leitaði að orsökum slyssins en fann engin meiðsli á honum.
Alle Fahrer beobachteten Dave und besprachen seinen Fall.
Allir bílstjórarnir fóru að fylgjast með Dave og ræða mál hans.
Sie unterhielten sich beim Essen und während ihrer letzten Zigarette des Tages.
Þau spjölluðu saman við máltíðir og á síðustu reykingardeginum sínum dagsins.
Eines Nachts hielten sie eine Versammlung ab und brachten Dave zum Feuer.
Eitt kvöldið héldu þau fund og færðu Dave að eldinum.
Sie drückten und untersuchten seinen Körper und er schrie oft.
Þau þrýstu á líkama hans og könnuðu hann, og hann grét oft.
Offensichtlich stimmte etwas nicht, auch wenn keine Knochen gebrochen zu sein schienen.
Greinilega var eitthvað að, þó að engin bein virtust brotin.
Als sie Cassiar Bar erreichten, war Dave am Umfallen.
Þegar þau komu að Cassiar-barnum var Dave farinn að detta.
Der schottische Mischling machte Schluss und nahm Dave aus dem Team.
Skoski hálfkynslóðin stal velli og fjarlægði Dave úr liðinu.
Er befestigte Solleks an Daves Stelle, ganz vorne am Schlitten.
Hann festi Sollek-búnaðinn í stað Dave, næst framhluta sleðans.
Er wollte Dave ausruhen und ihm die Freiheit geben, hinter dem fahrenden Schlitten herzulaufen.
Hann ætlaði að leyfa Dave að hvíla sig og hlaupa frjáls á eftir sleðanum sem var á ferðinni.
Doch selbst als er krank war, hasste Dave es, von seinem Job geholt zu werden.
En jafnvel þótt Dave væri veikur, hataði hann að vera tekinn úr starfinu sem hann hafði gegnt.

Er knurrte und wimmerte, als ihm die Zügel aus dem Körper gerissen wurden.
Hann urraði og kveinaði þegar taumarnir voru dregnir af líkama hans.
Als er Solleks an seiner Stelle sah, weinte er vor gebrochenem Herzen.
Þegar hann sá Solleks á sínum stað grét hann af sársauka.
Dave war noch immer stolz auf seine Arbeit auf dem Weg, selbst als der Tod nahte.
Stoltið yfir göngustígnum var djúpt í Dave, jafnvel þegar dauðinn nálgaðist.
Während der Schlitten fuhr, kämpfte sich Dave durch den weichen Schnee in der Nähe des Pfades.
Þegar sleðinn hreyfðist flakkaði Dave í gegnum mjúkan snjó nálægt slóðinni.
Er griff Solleks an, biss ihn und stieß ihn von der Seite des Schlittens.
Hann réðst á Solleks, beit hann og ýtti við honum frá hlið sleðans.
Dave versuchte, in das Geschirr zu springen und seinen Arbeitsplatz zurückzuerobern.
Dave reyndi að stökkva í beislið og endurheimta vinnustað sinn.
Er schrie, jammerte und weinte, hin- und hergerissen zwischen Schmerz und Stolz auf die Wehen.
Hann æpti, kveinaði og grét, klofinn á milli sársauka og stolts yfir vinnunni.
Der Mischling versuchte, Dave mit seiner Peitsche vom Team zu vertreiben.
Hálfkynslóðin notaði svipuna sína til að reyna að reka Dave frá liðinu.
Doch Dave ignorierte den Hieb und der Mann konnte nicht härter zuschlagen.
En Dave hunsaði svipuna og maðurinn gat ekki slegið hann fastar.
Dave lehnte den einfacheren Weg hinter dem Schlitten ab, wo der Schnee festgefahren war.

Dave neitaði að fara auðveldari leiðina fyrir aftan sleðann, þar sem snjórinn var þjappaður.

Stattdessen kämpfte er sich elend durch den tiefen Schnee neben dem Weg.

Í staðinn barðist hann í djúpum snjónum við slóðann, í eymd.

Schließlich brach Dave zusammen, blieb im Schnee liegen und schrie vor Schmerzen.

Að lokum hneig Dave niður, liggjandi í snjónum og ýlfraði af sársauka.

Er schrie auf, als die lange Schlittenkette einer nach dem anderen an ihm vorbeifuhr.

Hann hrópaði upp þegar langur sleðalesturinn fór fram hjá honum, einn af öðrum.

Dennoch stand er mit der ihm verbleibenden Kraft auf und stolperte ihnen hinterher.

Samt sem áður, með þeim kröftum sem eftir voru, reis hann upp og staulaðist á eftir þeim.

Als der Zug wieder anhielt, holte er ihn ein und fand seinen alten Schlitten.

Hann náði honum þegar lestin stoppaði aftur og fann gamla sleðann sinn.

Er kämpfte sich an den anderen Teams vorbei und stand wieder neben Solleks.

Hann þutaði fram hjá hinum liðunum og stóð aftur við hliðina á Solleks.

Als der Fahrer anhielt, um seine Pfeife anzuzünden, nutzte Dave seine letzte Chance.

Þegar bílstjórinn stoppaði til að kveikja sér í pípunni greip Dave síðasta tækifærið.

Als der Fahrer zurückkam und schrie, bewegte sich das Team nicht weiter.

Þegar bílstjórinn kom aftur og hrópaði, komst liðið ekki áfram.

Die Hunde hatten ihre Köpfe gedreht, verwirrt durch den plötzlichen Stopp.

Hundarnir höfðu snúið höfðum sínum, ruglaðir yfir skyndilegu stöðvuninni.

Auch der Fahrer war schockiert – der Schlitten hatte sich keinen Zentimeter vorwärts bewegt.
Bílstjórinn varð líka steinhissa — sleðinn hafði ekki færst tommu áfram.
Er rief den anderen zu, sie sollten kommen und nachsehen, was passiert sei.
Hann kallaði á hina að koma og sjá hvað hefði gerst.
Dave hatte Solleks' Zügel durchgekaut und beide auseinandergerissen.
Dave hafði nagað í gegnum taumana á Solleks og brotið þá báða í sundur.
Nun stand er vor dem Schlitten, wieder an seinem rechtmäßigen Platz.
Nú stóð hann fyrir framan sleðann, aftur á réttum stað.
Dave blickte zum Fahrer auf und flehte ihn stumm an, in der Spur zu bleiben.
Dave leit upp til bílstjórans og bað hljóðlega um að halda sig innan slóðanna.
Der Fahrer war verwirrt und wusste nicht, was er für den zappelnden Hund tun sollte.
Bílstjórinn var ráðvilltur og vissi ekki hvað hann ætti að gera við hundinn sem átti í erfiðleikum.
Die anderen Männer sprachen von Hunden, die beim Rausbringen gestorben waren.
Hinir mennirnir töluðu um hunda sem höfðu dáið eftir að hafa verið teknir út.
Sie erzählten von alten oder verletzten Hunden, denen es das Herz brach, als sie zurückgelassen wurden.
Þau sögðu frá gömlum eða særðum hundum sem hjörtu þeirra brotnuðu þegar þeir voru skildir eftir.
Sie waren sich einig, dass es Gnade wäre, Dave sterben zu lassen, während er noch im Geschirr steckte.
Þau voru sammála um að það væri miskunn að láta Dave deyja meðan hann var enn í beislinu sínu.
Er wurde wieder auf dem Schlitten festgeschnallt und Dave zog voller Stolz.
Hann var festur aftur á sleðann og Dave dró af stolti.

Obwohl er manchmal schrie, arbeitete er, als könne man den Schmerz ignorieren.
Þótt hann hrópaði stundum, þá vann hann eins og hægt væri að hunsa sársauka.
Mehr als einmal fiel er und wurde mitgeschleift, bevor er wieder aufstand.
Oftar en einu sinni féll hann og var dreginn til baka áður en hann reis upp aftur.
Einmal wurde er vom Schlitten überrollt und von diesem Moment an humpelte er.
Einu sinni velti sleðinn yfir hann og hann haltraði frá þeirri stundu.
Trotzdem arbeitete er, bis das Lager erreicht war, und legte sich dann ans Feuer.
Samt vann hann þar til komið var að tjaldbúðunum og lagðist síðan við eldinn.
Am Morgen war Dave zu schwach, um zu reisen oder auch nur aufrecht zu stehen.
Um morguninn var Dave of máttlaus til að ferðast eða jafnvel standa uppréttur.
Als es Zeit war, das Geschirr anzulegen, versuchte er mit zitternder Anstrengung, seinen Fahrer zu erreichen.
Þegar kom að því að festa bílinn reyndi hann með skjálfandi fyrirhöfn að ná til ökumannsins.
Er rappelte sich auf, taumelte und brach auf dem schneebedeckten Boden zusammen.
Hann þvingaði sig upp, staulaðist og hrundi niður á snæviþakin jörðina.
Mithilfe seiner Vorderbeine zog er seinen Körper in Richtung des Angeschirrs.
Með framfótunum dró hann líkama sinn að beislissvæðinu.
Zentimeter für Zentimeter schob er sich auf die Arbeitshunde zu.
Hann teygði sig áfram, tommu fyrir tommu, í átt að vinnuhundunum.
Er verließ die Kraft, aber er machte mit seinem letzten verzweifelten Vorstoß weiter.

Kraftarnir þutu út, en hann hélt áfram í sinni síðustu örvæntingarfullu tilraun.

Seine Teamkollegen sahen ihn im Schnee nach Luft schnappen und sich immer noch danach sehnen, zu ihnen zu kommen.

Liðsfélagar hans sáu hann gæsa í snjónum, enn þráandi að slást í för með þeim.

Sie hörten ihn vor Kummer schreien, als sie das Lager hinter sich ließen.

Þau heyrðu hann ýlfra af sorg er þau yfirgáfu búðirnar.

Als das Team zwischen den Bäumen verschwand, hallte Daves Schrei hinter ihnen wider.

Þegar hópurinn hvarf inn í trén ómaði óp Dave fyrir aftan þá.

Der Schlittenzug hielt kurz an, nachdem er einen Abschnitt des Flusswalds überquert hatte.

Sleðalestin stoppaði stutta stund eftir að hafa farið yfir árbakka.

Der schottische Mischling ging langsam zurück zum Lager dahinter.

Skoski hálfkynshundurinn gekk hægt aftur í átt að tjaldbúðunum fyrir aftan.

Die Männer verstummten, als sie ihn den Schlittenzug verlassen sahen.

Mennirnir hættu að tala þegar þeir sáu hann fara úr sleðalestinni.

Dann ertönte ein einzelner Schuss klar und scharf über den Weg.

Þá heyrðist eitt skot, skýrt og hvasst, þvert yfir slóðann.

Der Mann kam schnell zurück und nahm wortlos seinen Platz ein.

Maðurinn sneri fljótt aftur og settist upp án þess að segja orð.

Peitschen knallten, Glöckchen bimmelten und die Schlitten rollten durch den Schnee.

Svipur buldu, bjöllur klingdu og sleðarnir rúlluðu áfram í gegnum snjóinn.

Aber Buck wusste, was passiert war – und alle anderen Hunde auch.

En Buck vissi hvað hafði gerst — og það gerðu allir aðrir hundar líka.

Die Mühen der Zügel und des Trails
Striði taumanna og slóðarinnar

Dreißig Tage nach dem Verlassen von Dawson erreichte die Salt Water Mail Skaguay.

Þrjátíu dögum eftir að Salt Water Mail fór frá Dawson kom það til Skaguay.

Buck und seine Teamkollegen gingen in Führung, kamen aber in einem erbärmlichen Zustand an.

Buck og liðsfélagar hans komust yfir og mættu í ömurlegu ástandi.

Buck hatte von hundertvierzig auf hundertfünfzehn Pfund abgenommen.

Buck hafði grennst úr hundrað fjörutíu pundum í hundrað og fimmtán pund.

Die anderen Hunde hatten, obwohl kleiner, noch mehr Körpergewicht verloren.

Hinir hundarnir, þótt þeir væru minni, höfðu misst enn meiri líkamsþyngd.

Pike, einst ein vorgetäuschter Hinker, schleppte nun ein wirklich verletztes Bein hinter sich her.

Pike, sem áður var falskur haltrari, dró nú alvarlega meiddan fót á eftir sér.

Solleks humpelte stark und Dub hatte ein verrenktes Schulterblatt.

Solleks haltraði illa og Dub var með slitið herðablað.

Die Füße aller Hunde im Team waren von den Wochen auf dem gefrorenen Pfad wund.

Allir hundarnir í liðinu voru með fæturna sára eftir að hafa verið á frosnum slóðum í margar vikur.

Ihre Schritte waren völlig federnd und bewegten sich nur langsam und schleppend.
Þau höfðu engan fjörleik eftir í skrefum sínum, aðeins hægfara, dragandi hreyfingu.
Ihre Füße treffen den Weg hart und jeder Schritt belastet ihren Körper stärker.
Fæturnir þeirra lentu fast á slóðinni og hvert skref jók álagið á líkamann.
Sie waren nicht krank, sondern nur so erschöpft, dass sie sich auf natürliche Weise nicht mehr erholen konnten.
Þau voru ekki veik, bara úrvinda úr öllum eðlilegum bata.
Dies war nicht die Müdigkeit eines harten Tages, die durch eine Nachtruhe geheilt werden konnte.
Þetta var ekki þreyta eftir einn erfiðan dag, læknuð með næturhvíld.
Es war eine Erschöpfung, die sich durch monatelange, zermürbende Anstrengungen langsam aufgebaut hatte.
Þetta var þreyta sem safnaðist hægt og rólega upp eftir margra mánaða erfiði.
Es waren keine Kraftreserven mehr vorhanden, sie hatten alles aufgebraucht, was sie hatten.
Enginn varaafl eftir — þeir höfðu notað upp allt sem þeir áttu.
Jeder Muskel, jede Faser und jede Zelle ihres Körpers war erschöpft und abgenutzt.
Hver einasta vöðvi, þráður og fruma í líkama þeirra var tæmd og slitin.
Und das hatte seinen Grund: Sie hatten zweitausendfünfhundert Meilen zurückgelegt.
Og það var ástæða — þau höfðu farið tuttugu og fimm hundruð mílur.
Auf den letzten zweitausendachthundert Kilometern hatten sie sich nur fünf Tage ausgeruht.
Þau höfðu aðeins hvílst í fimm daga á síðustu átján hundruð mílunum.
Als sie Skaguay erreichten, sahen sie aus, als könnten sie kaum aufrecht stehen.

Þegar þau komu til Skaguay virtust þau varla geta staðið upprétt.
Sie hatten Mühe, die Zügel straff zu halten und vor dem Schlitten zu bleiben.
Þau áttu í erfiðleikum með að halda taumunum þéttum og vera á undan sleðanum.
Auf abschüssigen Hängen konnten sie nur noch vermeiden, überfahren zu werden.
Í brekkunum tókst þeim aðeins að forðast að vera keyrt yfir.
„Weiter, ihr armen, wunden Füße", sagte der Fahrer, während sie weiterhumpelten.
„Áfram með þig, aumingjar, fæturnir," sagði bílstjórinn og þeir haltruðu áfram.
„Das ist die letzte Strecke, danach bekommen wir alle auf jeden Fall noch eine lange Pause."
„Þetta er síðasta teygjan, svo fáum við öll eina langa hvíld, það er víst."
„Eine richtig lange Pause", versprach er und sah ihnen nach, wie sie weiter taumelten.
„Ein alvöru löng hvíld," lofaði hann og horfði á þau staula áfram.
Die Fahrer rechneten damit, dass sie nun eine lange, notwendige Pause bekommen würden.
Bílstjórarnir bjuggust við að þeir fengju nú langt og nauðsynlegt hlé.
Sie hatten zweitausend Meilen zurückgelegt und nur zwei Tage Pause gemacht.
Þau höfðu ferðast tólf hundruð mílur með aðeins tveggja daga hvíld.
Sie waren der Meinung, dass sie sich die Zeit zum Entspannen verdient hätten, und das aus fairen und vernünftigen Gründen.
Með réttlæti og skynsemi töldu þau sig hafa áunnið sér tíma til að slaka á.
Aber zu viele waren zum Klondike gekommen und zu wenige waren zu Hause geblieben.

En of margir höfðu komið til Klondike og of fáir höfðu verið heima.

Es gingen unzählige Briefe von Familien ein, die zu Bergen verspäteter Post führten.

Bréf frá fjölskyldum streymdu inn og sköpuðu hrúgur af seinkuðum pósti.

Offizielle Anweisungen trafen ein – neue Hudson Bay-Hunde würden die Nachfolge antreten.

Opinberar skipanir bárust — nýir hundar frá Hudsonflóa áttu að taka við.

Die erschöpften Hunde, die nun als wertlos galten, sollten entsorgt werden.

Úrvinda hundana, sem nú voru kallaðir einskis virði, átti að farga.

Da Geld wichtiger war als Hunde, sollten sie billig verkauft werden.

Þar sem peningar skiptu meira máli en hundar, áttu þeir að vera seldir ódýrt.

Drei weitere Tage vergingen, bevor die Hunde spürten, wie schwach sie waren.

Þrír dagar liðu áður en hundarnir fundu hversu veikir þeir voru.

Am vierten Morgen kauften zwei Männer aus den Staaten das gesamte Team.

Á fjórða morguninn keyptu tveir menn frá Bandaríkjunum allt liðið.

Der Verkauf umfasste alle Hunde sowie ihre abgenutzte Geschirrausrüstung.

Salan innihélt alla hundana, auk slitinna beisla þeirra.

Die Männer nannten sich gegenseitig „Hal" und „Charles", als sie den Deal abschlossen.

Mennirnir kölluðu hvor annan „Hal" og „Charles" þegar þeir kláruðu samninginn.

Charles war mittleren Alters, blass, hatte schlaffe Lippen und wilde Schnurrbartspitzen.

Karl var á miðjum aldri, fölur, með linar varir og grimmilegan yfirvaraskegg.

Hal war ein junger Mann, vielleicht neunzehn, der einen Patronengürtel trug.
Hal var ungur maður, kannski nítján ára, með belti fyllt með skothylkjum.
Am Gürtel befanden sich ein großer Revolver und ein Jagdmesser, beide unbenutzt.
Í beltinu var stór skammbyssa og veiðihnífur, bæði ónotuð.
Es zeigte, wie unerfahren und ungeeignet er für das Leben im Norden war.
Það sýndi hversu óreyndur og óhæfur hann var til lífsins á norðurslóðum.
Keiner der beiden Männer gehörte in die Wildnis; ihre Anwesenheit widersprach jeder Vernunft.
Hvorugur maðurinn átti heima í óbyggðunum; nærvera þeirra ögraði allri skynsemi.
Buck beobachtete, wie das Geld zwischen Käufer und Makler den Besitzer wechselte.
Buck horfði á peningana skiptast á milli kaupanda og fasteignasala.
Er wusste, dass die Postzugführer sein Leben wie alle anderen verlassen würden.
Hann vissi að póstleststjórarnir væru að yfirgefa líf hans eins og hin.
Sie folgten Perrault und François, die nun unwiederbringlich verschwunden waren.
Þeir fylgdu Perrault og François, sem nú voru orðnir ómananlegir.
Buck und das Team wurden in das schlampige Lager ihrer neuen Besitzer geführt.
Buck og teymið voru leiddir í kærulausa búðir nýju eigenda sinna.
Das Zelt hing durch, das Geschirr war schmutzig und alles lag in Unordnung.
Tjaldið síg, diskarnir voru óhreinir og allt var í óreiðu.
Buck bemerkte dort auch eine Frau – Mercedes, Charles' Frau und Hals Schwester.

Buck tók líka eftir konu þar — Mercedes, konu Charles og systur Hals.

Sie bildeten eine vollständige Familie, obwohl sie alles andere als für den Wanderpfad geeignet waren.

Þau urðu heil fjölskylda, þótt þau væru langt frá því að vera til þess fallin að vera á gönguleiðinni.

Buck beobachtete nervös, wie das Trio begann, die Vorräte einzupacken.

Buck horfði taugaóstyrkur á meðan þríeykið byrjaði að pakka vistunum.

Sie arbeiteten hart, aber ohne Ordnung – nur Aufhebens und vergeudete Mühe.

Þau unnu hörðum höndum en án reglu — bara vesen og sóun á fyrirhöfn.

Das Zelt war zu einer sperrigen Form zusammengerollt und viel zu groß für den Schlitten.

Tjaldið var rúllað saman í fyrirferðarmikið form, alltof stórt fyrir sleðann.

Schmutziges Geschirr wurde eingepackt, ohne dass es gespült oder getrocknet worden wäre.

Óhreinum diskum var pakkað án þess að hafa verið þvegið eða þurrkað yfir höfuð.

Mercedes flatterte herum, redete, korrigierte und mischte sich ständig ein.

Mercedes flaksaði um, stöðugt að tala, leiðrétta og skipta sér af.

Als ein Sack vorne platziert wurde, bestand sie darauf, dass er hinten drankam.

Þegar poki var settur að framan, krafðist hún þess að hann væri aftan á.

Sie packte den Sack ganz unten rein und im nächsten Moment brauchte sie ihn.

Hún pakkaði pokanum í botninn og á næstu augnabliki þurfti hún á honum að halda.

Also wurde der Schlitten erneut ausgepackt, um an die eine bestimmte Tasche zu gelangen.

Svo var sleðinn tekinn upp aftur til að ná í eina tiltekna töskuna.

In der Nähe standen drei Männer vor einem Zelt und beobachteten die Szene.

Þar skammt frá stóðu þrír menn fyrir utan tjald og horfðu á atburðarásina gerast.

Sie lächelten, zwinkerten und grinsten über die offensichtliche Verwirrung der Neuankömmlinge.

Þau brostu, kinkuðu kolli og glottu að augljósri ruglingi nýkominganna.

„Sie haben schon eine ziemlich schwere Last", sagte einer der Männer.

„Þú ert nú þegar með ansi þunga byrði," sagði einn mannanna.

„Ich glaube nicht, dass Sie das Zelt tragen sollten, aber es ist Ihre Entscheidung."

„Ég held ekki að þú ættir að bera þetta tjald, en það er þitt val."

„Unvorstellbar!", rief Mercedes und warf verzweifelt die Hände in die Luft.

„Ódreymt um!" hrópaði Mercedes og lyfti höndunum í örvæntingu.

„Wie könnte ich ohne Zelt reisen, unter dem ich übernachten kann?"

„Hvernig gæti ég mögulega ferðast án þess að hafa tjald til að gista undir?"

„Es ist Frühling – Sie werden kein kaltes Wetter mehr erleben", antwortete der Mann.

„Það er vor — þú munt ekki sjá kalt veður aftur," svaraði maðurinn.

Aber sie schüttelte den Kopf und sie stapelten weiterhin Gegenstände auf den Schlitten.

En hún hristi höfuðið og þau héldu áfram að hrúga hlutum á sleðann.

Als sie die letzten Dinge hinzufügten, türmte sich die Ladung gefährlich hoch auf.

Byrðin reis hættulega hátt þegar þeir bættu við síðustu hlutunum.

„Glauben Sie, der Schlitten fährt?", fragte einer der Männer mit skeptischem Blick.

„Heldurðu að sleðinn muni ganga?" spurði einn mannanna með efasemdaraugum.

„Warum sollte es nicht?", blaffte Charles mit scharfer Verärgerung zurück.

„Hvers vegna ekki?" svaraði Charles snöggt með mikilli pirringi.

„Oh, das ist schon in Ordnung", sagte der Mann schnell und wich seiner Beleidigung aus.

„Ó, þetta er allt í lagi," sagði maðurinn fljótt og bakkaði undan móðguninni.

„Ich habe mich nur gewundert – es sah für mich einfach ein bisschen zu kopflastig aus."

„Ég var bara að velta þessu fyrir mér — mér fannst þetta bara aðeins of þungt efst."

Charles drehte sich um und band die Ladung so gut fest, wie er konnte.

Karl sneri sér undan og batt byrðina eins vel og hann gat.

Allerdings waren die Zurrgurte locker und die Verpackung insgesamt schlecht ausgeführt.

En festingarnar voru lausar og pökkunin illa gerð í heildina.

„Klar, die Hunde machen das den ganzen Tag", sagte ein anderer Mann sarkastisch.

„Jú, hundarnir munu draga þetta allan daginn," sagði annar maður kaldhæðnislega.

„Natürlich", antwortete Hal kalt und packte die lange Lenkstange des Schlittens.

„Auðvitað," svaraði Hal kalt og greip í langa gæsastöng sleðans.

Mit einer Hand an der Stange schwang er mit der anderen die Peitsche.

Með aðra höndina á stönginni sveiflaði hann svipunni í hinni.

„Los geht's!", rief er. „Bewegt euch!", und trieb die Hunde zum Aufbruch an.

„Förum!" hrópaði hann. „Færið ykkur!" og hvatti hundana til að ræsa.

Die Hunde lehnten sich in das Geschirr und spannten sich einige Augenblicke lang an.

Hundarnir hölluðu sér í beislið og þvinguðust í nokkrar stundir.

Dann blieben sie stehen, da sie den überladenen Schlitten keinen Zentimeter bewegen konnten.

Þá námu þeir staðar, ófær um að hreyfa ofhlaðna sleðann þumlung.

„Diese faulen Bestien!", schrie Hal und hob die Peitsche, um sie zu schlagen.

„Lötu skepnurnar!" öskraði Hal og lyfti svipunni til að slá þau.

Doch Mercedes stürzte herein und riss Hal die Peitsche aus der Hand.

En Mercedes þaut inn og greip svipuna úr höndum Hals.

„Oh, Hal, wage es ja nicht, ihnen wehzutun", rief sie alarmiert.

„Ó, Hal, þorðu ekki að meiða þá," hrópaði hún óttaslegin.

„Versprich mir, dass du nett zu ihnen bist, sonst gehe ich keinen Schritt weiter."

„Lofaðu mér að vera góður við þá, annars fer ég ekki skref lengra."

„Du weißt nichts über Hunde", fuhr Hal seine Schwester an.

„Þú veist ekkert um hunda," sagði Hal snöggt við systur sína.

„Sie sind faul, und die einzige Möglichkeit, sie zu bewegen, besteht darin, sie zu peitschen."

„Þeir eru latir og eina leiðin til að hreyfa þá er að svipa þá."

„Fragen Sie irgendjemanden – fragen Sie einen dieser Männer dort drüben, wenn Sie mir nicht glauben."

„Spyrðu hvern sem er — spurðu einhvern af þessum mönnum þarna ef þú efast um mig."

Mercedes sah die Zuschauer mit flehenden, tränennassen Augen an.

Mercedes horfði á áhorfendurna með biðjandi, tárvotum augum.

Ihr Gesicht zeigte, wie sehr sie den Anblick jeglichen Schmerzes hasste.

Svipbrigði hennar sýndu hversu djúpt henni líkaði sjónina af sársauka.

„Sie sind schwach, das ist alles", sagte ein Mann. „Sie sind erschöpft."

„Þau eru veik, það er allt og sumt," sagði einn maður. „Þau eru úrvinda."

„Sie brauchen Ruhe – sie haben zu lange ohne Pause gearbeitet."

„Þau þurfa hvíld — þau hafa verið að vinna of lengi án hlés."

„Der Rest sei verflucht", murmelte Hal mit verzogenen Lippen.

„Bölvaður sé hvíldin," muldraði Hal með krumpuðum vörum.

Mercedes schnappte nach Luft, sein grobes Wort schmerzte sie sichtlich.

Mercedes dró andann djúpt, greinilega sár yfir dónalegu orðunum frá honum.

Dennoch blieb sie loyal und verteidigte ihren Bruder sofort.

Samt sem áður var hún trú og varði bróður sinn samstundis.

„Kümmere dich nicht um den Mann", sagte sie zu Hal. „Das sind unsere Hunde."

„Hafðu ekki áhyggjur af þessum manni," sagði hún við Hal. „Þetta eru hundarnir okkar."

„Fahren Sie sie, wie Sie es für richtig halten – tun Sie, was Sie für richtig halten."

„Þú keyrir þá eins og þér sýnist — gerðu það sem þér finnst rétt."

Hal hob die Peitsche und schlug die Hunde erneut gnadenlos.

Hal lyfti svipunni og sló hundana aftur miskunnarlaust.

Sie stürzten sich nach vorne, die Körper tief gebeugt, die Füße in den Schnee gedrückt.

Þau stukku fram, líkaminn lágt, fæturnir ýttir sér ofan í snjóinn.

Sie gaben sich alle Mühe, den Schlitten zu ziehen, aber er bewegte sich nicht.

Öllum kröftum þeirra fór í togið, en sleðinn hreyfðist ekki.
Der Schlitten blieb wie ein im Schnee festgefrorener Anker stecken.
Sleðinn sat fastur, eins og akkeri sem hafði frosið í þjöppuðum snjónum.
Nach einem zweiten Versuch blieben die Hunde wieder stehen und keuchten schwer.
Eftir aðra tilraun námu hundarnir aftur staðar, andstuttir.
Hal hob die Peitsche noch einmal, gerade als Mercedes erneut eingriff.
Hal lyfti svipunni enn á ný, rétt þegar Mercedes greip aftur inn í.
Sie fiel vor Buck auf die Knie und umarmte seinen Hals.
Hún féll á kné fyrir framan Buck og faðmaði um háls hans.
Tränen traten ihr in die Augen, als sie den erschöpften Hund anflehte.
Tár fylltu augu hennar er hún sárbað þreytta hundinn.
„Ihr Armen", sagte sie, „warum zieht ihr nicht einfach stärker?"
„Þið vesalings elskurnar," sagði hún, „af hverju togið þið ekki bara fastar?"
„Wenn du ziehst, wirst du nicht so ausgepeitscht."
„Ef þú togar, þá færðu ekki að vera pískaður svona."
Buck mochte Mercedes nicht, aber er war zu müde, um ihr jetzt zu widerstehen.
Buck hafði ekki gaman af Mercedes, en hann var of þreyttur til að veita henni mótspyrnu núna.
Er akzeptierte ihre Tränen als einen weiteren Teil dieses elenden Tages.
Hann tók tár hennar sem bara einn hluta af hinum ömurlega degi.
Einer der zuschauenden Männer ergriff schließlich das Wort, nachdem er seinen Ärger unterdrückt hatte.
Einn af mönnunum sem voru að horfa á tók loksins til máls eftir að hafa haldið aftur af reiði sinni.
„Es ist mir egal, was mit euch passiert, Leute, aber diese Hunde sind wichtig."

„Mér er alveg sama hvað verður um ykkur, en þessir hundar skipta máli."

„Wenn du helfen willst, mach den Schlitten los – er ist am Schnee festgefroren."

„Ef þú vilt hjálpa, þá skaltu brjóta sleðann lausan — hann er frosinn fastur í snjónum."

„Drücken Sie fest auf die Gee-Stange, rechts und links, und brechen Sie die Eisversiegelung."

„Ýttu fast á jökulstöngina, hægri og vinstri, og brjóttu ísinnsiglið."

Ein dritter Versuch wurde unternommen, diesmal auf Vorschlag des Mannes.

Þriðja tilraun var gerð, að þessu sinni eftir tillögu mannsins.

Hal schaukelte den Schlitten von einer Seite auf die andere und löste so die Kufen.

Hal vaggaði sleðanum til og frá og losaði meðfærin.

Obwohl der Schlitten überladen und unhandlich war, machte er schließlich einen Satz nach vorne.

Sleðinn, þótt ofhlaðinn og klaufalegur væri, kipptist loksins áfram.

Buck und die anderen zogen wild, angetrieben von einem Sturm aus Schleudertraumen.

Buck og hinir drógu óðfluga úr stað, knúnir áfram af fellibyl af svipuhöggum.

Hundert Meter weiter machte der Weg eine Biegung und führte in die Straße hinein.

Hundrað metrum fyrir framan beygði slóðinn og hallaði niður á götuna.

Um den Schlitten aufrecht zu halten, hätte es eines erfahrenen Fahrers bedurft.

Það hefði þurft reyndan ökumann til að halda sleðanum uppréttum.

Hal war nicht geschickt und der Schlitten kippte, als er um die Kurve schwang.

Hal var ekki fær í ferðinni og sleðinn hallaði sér þegar hann sveiflaðist í beygjunni.

Lose Zurrgurte gaben nach und die Hälfte der Ladung ergoss sich auf den Schnee.
Lausar festingar gáfu sig og helmingur farmsins rann út á snjóinn.
Die Hunde hielten nicht an; der leichtere Schlitten flog auf der Seite weiter.
Hundarnir námu ekki staðar; léttari sleðinn flaug áfram á hliðinni.
Wütend über die Beschimpfungen und die schwere Last rannten die Hunde noch schneller.
Hundarnir voru reiðir af misþyrmingunum og þungu byrðinni og hlupu hraðar.
Buck rannte wütend los und das Team folgte ihm.
Buck, í reiði, byrjaði að hlaupa, og liðið fylgdi á eftir.
Hal rief „Whoa! Whoa!", aber das Team beachtete ihn nicht.
Hal hrópaði „Vó! Vó!" en liðið gaf honum engan gaum.
Er stolperte, fiel und wurde am Geschirr über den Boden geschleift.
Hann hrasaði, féll og var dreginn eftir jörðinni í beislinu.
Der umgekippte Schlitten wurde über ihn geworfen, als die Hunde weiterrasten.
Sleðinn sem hafði fallið skall á hann á meðan hundarnir þutu á undan.
Die restlichen Vorräte verteilten sich über die belebte Straße von Skaguay.
Restin af birgðunum dreifðist um annasama götu Skaguay.
Gutherzige Menschen eilten herbei, um die Hunde anzuhalten und die Ausrüstung einzusammeln.
Góðhjartað fólk flýtti sér að stöðva hundana og safna saman búnaðinum.
Sie gaben den neuen Reisenden auch direkte und praktische Ratschläge.
Þau gáfu einnig nýju ferðalöngum ráð, beinskeytt og hagnýt.
„Wenn Sie Dawson erreichen wollen, nehmen Sie die halbe Ladung und die doppelte Anzahl an Hunden mit."
„Ef þú vilt ná til Dawson, taktu þá helminginn af farminum og tvöfaldaðu hundana."

Hal, Charles und Mercedes hörten zu, wenn auch nicht mit Begeisterung.
Hal, Charles og Mercedes hlustuðu, þó ekki með miklum áhuga.
Sie bauten ihr Zelt auf und begannen, ihre Vorräte zu sortieren.
Þau settu upp tjaldið sitt og fóru að flokka vistir sínar.
Heraus kamen Konserven, die die Zuschauer laut lachen ließen.
Út komu niðursoðnar vörur sem fengu áhorfendur til að hlæja upphátt.
„Konserven auf dem Weg? Bevor die schmelzen, verhungern Sie", sagte einer.
„Niðursoðið dót á slóðinni? Þú munt svelta áður en það bráðnar," sagði einn.
„Hoteldecken? Die wirfst du am besten alle weg."
„Hótelteppi? Það er betra að henda þeim öllum."
„Schmeißen Sie auch das Zelt weg, und hier spült niemand mehr Geschirr."
„Hendið líka tjaldinu, og enginn þvær upp hér."
„Sie glauben, Sie fahren in einem Pullman-Zug mit Bediensteten an Bord?"
„Heldurðu að þú sért að ferðast með Pullman-lest með þjónustufólki um borð?"
Der Prozess begann – jeder nutzlose Gegenstand wurde beiseite geworfen.
Ferlið hófst — öllum ónothæfum hlutum var hent til hliðar.
Mercedes weinte, als ihre Taschen auf den schneebedeckten Boden geleert wurden.
Mercedes grét þegar töskunum hennar var tæmt á snæviþakin jörð.
Sie schluchzte ohne Pause über jeden einzelnen hinausgeworfenen Gegenstand.
Hún grét yfir hverjum einasta hlut sem hent var út, einum af öðrum, án þess að stoppa.
Sie schwor, keinen Schritt weiterzugehen – nicht einmal für zehn Charleses.

Hún sór þess eið að ganga ekki eitt skref lengra – ekki einu sinni fyrir tíu Karla.

Sie flehte alle Menschen in ihrer Nähe an, ihr ihre wertvollen Sachen zu überlassen.

Hún bað alla í nágrenninu um að leyfa sér að geyma dýrmætu hlutina sína.

Schließlich wischte sie sich die Augen und begann, auch die wichtigsten Kleidungsstücke wegzuwerfen.

Loksins þurrkaði hún sér um augun og fór að henda jafnvel nauðsynlegum fötum.

Als sie mit ihrem eigenen fertig war, begann sie, die Vorräte der Männer auszuräumen.

Þegar hún var búin með sína eigin birgðir fór hún að tæma birgðir mannanna.

Wie ein Wirbelwind verwüstete sie die Habseligkeiten von Charles und Hal.

Eins og hvirfilvindur reif hún í gegnum eigur Charles og Hals.

Obwohl die Ladung halbiert wurde, war sie immer noch viel schwerer als nötig.

Þótt álagið hefði minnkað um helming var það samt miklu þyngra en þörf var á.

In dieser Nacht gingen Charles und Hal los und kauften sechs neue Hunde.

Um kvöldið fóru Charles og Hal út og keyptu sex nýja hunda.

Diese neuen Hunde gesellten sich zu den ursprünglichen sechs, plus Teek und Koona.

Þessir nýju hundar bættust við upprunalegu sex, auk Teek og Koona.

Zusammen bildeten sie ein Gespann aus vierzehn Hunden, die vor den Schlitten gespannt wurden.

Saman mynduðu þeir fjórtán hunda sem voru tengdir við sleðann.

Doch die neuen Hunde waren für die Schlittenarbeit ungeeignet und schlecht ausgebildet.

En nýju hundarnir voru óhæfir og illa þjálfaðir til sleðavinnu.

Drei der Hunde waren kurzhaarige Vorstehhunde und einer war ein Neufundländer.

Þrír hundanna voru stutthærðir pointerhundar og einn var af nýfundnalandsætt.
Bei den letzten beiden Hunden handelte es sich um Mischlinge ohne eindeutige Rasse oder Zweckbestimmung.
Síðustu tveir hundarnir voru múslímar án skýrs kyns eða tilgangs.
Sie haben den Weg nicht verstanden und ihn nicht schnell gelernt.
Þau skildu ekki slóðina og lærðu hana ekki fljótt.
Buck und seine Kameraden beobachteten sie mit Verachtung und tiefer Verärgerung.
Buck og félagar hans horfðu á þá með fyrirlitningu og djúpri pirringi.
Obwohl Buck ihnen beibrachte, was sie nicht tun sollten, konnte er ihnen keine Pflicht beibringen.
Þótt Buck kenndi þeim hvað ekki ætti að gera, gat hann ekki kennt þeim skyldu.
Sie kamen mit dem Leben auf dem Wanderpfad und dem Ziehen von Zügeln und Schlitten nicht gut zurecht.
Þeim líkaði ekki vel við lífið á slóðum eða taumhald og sleða.
Nur die Mischlinge versuchten, sich anzupassen, und selbst ihnen fehlte der Kampfgeist.
Aðeins blendingarnir reyndu að aðlagast og jafnvel þeir skorti baráttuanda.
Die anderen Hunde waren durch ihr neues Leben verwirrt, geschwächt und gebrochen.
Hinir hundarnir voru ruglaðir, veikir og niðurbrotnir í nýja lífi sínu.
Da die neuen Hunde ahnungslos und die alten erschöpft waren, gab es kaum Hoffnung.
Þar sem nýju hundarnir voru ráðalausir og þeir gömlu úrvinda var vonin lítil.
Bucks Team hatte zweitausendfünfhundert Meilen eines rauen Pfades zurückgelegt.
Lið Bucks hafði lagt að baki tuttugu og fimm hundruð kílómetra af erfiðri slóð.

Dennoch waren die beiden Männer fröhlich und stolz auf ihr großes Hundegespann.
Samt sem áður voru mennirnir tveir kátir og stoltir af stóra hundaliðinu sínu.
Sie dachten, sie würden mit Stil reisen, mit vierzehn Hunden an der Leine.
Þau héldu að þau væru að ferðast með stæl, með fjórtán hunda í vagninum.
Sie hatten gesehen, wie Schlitten nach Dawson aufbrachen und andere von dort ankamen.
Þau höfðu séð sleða leggja af stað til Dawson og aðra koma þaðan.
Aber noch nie hatten sie eins gesehen, das von bis zu vierzehn Hunden gezogen wurde.
En aldrei höfðu þau séð einn dreginn af jafn mörgum og fjórtán hundum.
Es gab einen Grund, warum solche Teams in der arktischen Wildnis selten waren.
Það var ástæða fyrir því að slík lið voru sjaldgæf í óbyggðum norðurslóða.
Kein Schlitten konnte genug Futter transportieren, um vierzehn Hunde für die Reise zu versorgen.
Enginn sleði gat borið nægan mat til að fæða fjórtán hunda í ferðinni.
Aber Charles und Hal wussten das nicht – sie hatten nachgerechnet.
En Charles og Hal vissu það ekki — þeir höfðu reiknað það út.
Sie haben das Futter berechnet: so viel pro Hund, so viele Tage, fertig.
Þau skrifuðu niður matinn með blýanti: svo mikið á hvern hund, svo marga daga, tilbúið.
Mercedes betrachtete ihre Zahlen und nickte, als ob es Sinn machte.
Mercedes leit á tölurnar þeirra og kinkaði kolli eins og það væri rökrétt.
Zumindest auf dem Papier erschien ihr alles sehr einfach.

Þetta virtist allt mjög einfalt fyrir henni, að minnsta kosti á pappírnum.

Am nächsten Morgen führte Buck das Team langsam die verschneite Straße hinauf.
Næsta morgun leiddi Buck hópinn hægt upp snæviþakta götuna.
Weder er noch die Hunde hinter ihm hatten Energie oder Tatendrang.
Það var hvorki orka né lífskraftur í honum né hundunum á eftir honum.
Sie waren von Anfang an todmüde, es waren keine Reserven mehr vorhanden.
Þau voru dauðþreytt frá upphafi — það var enginn varasjóður eftir.
Buck hatte bereits vier Fahrten zwischen Salt Water und Dawson unternommen.
Buck hafði þegar farið fjórar ferðir milli Salt Water og Dawson.
Als er nun erneut vor derselben Spur stand, empfand er nichts als Bitterkeit.
Nú, þegar hann stóð aftur frammi fyrir sömu slóð, fann hann ekkert nema beiskju.
Er war nicht mit dem Herzen dabei und die anderen Hunde auch nicht.
Hjarta hans var ekki með í því, né heldur hjörtu hinna hundanna.
Die neuen Hunde waren schüchtern und den Huskys fehlte jegliches Vertrauen.
Nýju hundarnir voru feimnir og husky-hundarnir skorti allt traust.
Buck spürte, dass er sich auf diese beiden Männer oder ihre Schwester nicht verlassen konnte.
Buck fann að hann gat ekki treyst á þessa tvo menn eða systur þeirra.
Sie wussten nichts und zeigten auf dem Weg keine Anzeichen, etwas zu lernen.

Þau vissu ekkert og sýndu engin merki um að læra á leiðinni.
Sie waren unorganisiert und es fehlte ihnen jeglicher Sinn für Disziplin.
Þau voru óskipulagð og skorti alla aga.
Sie brauchten jedes Mal die halbe Nacht, um ein schlampiges Lager aufzubauen.
Það tók þá hálfa nóttina að koma sér upp sloppnu tjaldbúðum í hvert skipti.
Und den halben nächsten Morgen verbrachten sie wieder damit, am Schlitten herumzufummeln.
Og hálfan næsta morgun eyddu þeir aftur í að fikta við sleðann.
Gegen Mittag hielten sie oft nur an, um die ungleichmäßige Beladung zu korrigieren.
Um hádegi stoppuðu þeir oft bara til að laga ójafnan farm.
An manchen Tagen legten sie insgesamt weniger als sechzehn Kilometer zurück.
Suma daga ferðuðust þau innan við tíu kílómetra samtals.
An anderen Tagen schafften sie es überhaupt nicht, das Lager zu verlassen.
Aðra daga tókst þeim alls ekki að yfirgefa búðirnar.
Sie kamen nie auch nur annähernd an die geplante Nahrungsdistanz heran.
Þau komust aldrei nálægt því að fara yfir áætlaða matarfjarlægð.
Wie erwartet ging das Futter für die Hunde sehr schnell aus.
Eins og búist var við, þá kláruðust hundarnir fljótt í matarskort.
Sie haben die Sache noch schlimmer gemacht, indem sie in den ersten Tagen zu viel gefüttert haben.
Þeir gerðu illt verra með því að offóðra í fyrstu.
Mit jeder unvorsichtigen Ration rückte der Hungertod näher.
Þetta færði hungursneyð nær með hverri kærulausri skömmtun.
Die neuen Hunde hatten nicht gelernt, mit sehr wenig zu überleben.

Nýju hundarnir höfðu ekki lært að lifa af á mjög litlu.
Sie aßen hungrig, ihr Appetit war zu groß für den Weg.
Þau borðuðu svangir, með of mikla matarlyst fyrir slóðina.
Als Hal sah, wie die Hunde schwächer wurden, glaubte er, dass das Futter nicht ausreichte.
Þegar Hal sá hundana veikjast taldi hann að maturinn væri ekki nóg.
Er verdoppelte die Rationen und verschlimmerte damit den Fehler noch.
Hann tvöfaldaði skammtana og gerði mistökin enn verri.
Mercedes verschärfte das Problem mit Tränen und leisem Flehen.
Mercedes bætti við vandamálið með tárum og mjúkri bæn.
Als sie Hal nicht überzeugen konnte, fütterte sie die Hunde heimlich.
Þegar henni tókst ekki að sannfæra Hal, gaf hún hundunum að éta í leyni.
Sie stahl den Fisch aus den Säcken und gab ihn ihnen hinter seinem Rücken.
Hún stal úr fiskisekkjunum og gaf þeim það á bak við bakið á honum.
Doch was die Hunde wirklich brauchten, war nicht mehr Futter, sondern Ruhe.
En það sem hundarnir þurftu í raun og veru ekki meiri mat – heldur hvíld.
Sie kamen nur langsam voran, aber der schwere Schlitten schleppte sich trotzdem weiter.
Þau voru að ná lélegum tíma, en þungi sleðinn dróst samt áfram.
Allein dieses Gewicht zehrte jeden Tag an ihrer verbleibenden Kraft.
Þessi þyngd ein og sér tæmdi þá sem eftir voru af þeim á hverjum degi.
Dann kam es zur Phase der Unterernährung, da die Vorräte zur Neige gingen.
Þá kom að því að næringarskorturinn varð þegar birgðirnar voru þrotnar.

Eines Morgens stellte Hal fest, dass die Hälfte des Hundefutters bereits weg war.
Hal áttaði sig einn morguninn á því að helmingurinn af hundamatnum var þegar búinn.
Sie hatten nur ein Viertel der gesamten Wegstrecke zurückgelegt.
Þau höfðu aðeins farið fjórðung af heildarvegalengdinni á leiðinni.
Es konnten keine Lebensmittel mehr gekauft werden, egal zu welchem Preis.
Ekki var hægt að kaupa meiri mat, sama hvaða verð var í boði.
Er reduzierte die Portionen der Hunde unter die normale Tagesration.
Hann minnkaði skammta hundanna niður fyrir venjulegan dagskammt.
Gleichzeitig forderte er längere Reisemöglichkeiten, um die Verluste auszugleichen.
Jafnframt krafðist hann lengri ferðalaga til að bæta upp tapið.
Mercedes und Charles unterstützten diesen Plan, scheiterten jedoch bei der Umsetzung.
Mercedes og Charles studdu þessa áætlun en framkvæmd hennar mistókst.
Ihr schwerer Schlitten und ihre mangelnden Fähigkeiten machten ein Vorankommen nahezu unmöglich.
Þungur sleði þeirra og skortur á færni gerði það nær ómögulegt að komast áfram.
Es war einfach, weniger Futter zu geben, aber unmöglich, mehr Anstrengung zu erzwingen.
Það var auðvelt að gefa minna mat, en ómögulegt að þvinga fram meiri fyrirhöfn.
Sie konnten weder früher anfangen, noch konnten sie Überstunden machen.
Þau gátu ekki byrjað snemma né heldur ferðast í lengri tíma.
Sie wussten nicht, wie sie mit den Hunden und überhaupt mit sich selbst arbeiten sollten.
Þau vissu ekki hvernig ætti að vinna hundana, né sjálf sig, ef út í það er farið.

Der erste Hund, der starb, war Dub, der unglückliche, aber fleißige Dieb.
Fyrsti hundurinn sem dó var Dub, óheppni en duglegi þjófurinn.
Obwohl Dub oft bestraft wurde, leistete er ohne zu klagen seinen Beitrag.
Þótt Dub hefði oft verið refsað, þá stóð hann sig án þess að kvarta.
Seine Schulterverletzung verschlimmerte sich ohne Pflege und nötige Ruhe.
Öxl hans versnaði án umönnunar eða þörf á hvíld.
Schließlich beendete Hal mit dem Revolver Dubs Leiden.
Að lokum notaði Hal skammbyssuna til að binda enda á þjáningar Dubs.
Ein gängiges Sprichwort besagt, dass normale Hunde an der Husky-Ration sterben.
Algeng málsháttur hélt því fram að venjulegir hundar deyi á husky-fóðurskammti.
Bucks sechs neue Gefährten bekamen nur die Hälfte des Futteranteils des Huskys.
Sex nýju félagar Bucks fengu aðeins helminginn af matnum sem husky-hundurinn fékk.
Zuerst starb der Neufundländer, dann die drei kurzhaarigen Vorstehhunde.
Nýfundnalandshundurinn dó fyrst, síðan þrír stutthærðu pointerhundarnir.
Die beiden Mischlinge hielten länger durch, kamen aber schließlich wie die anderen um.
Blendingarnir tveir héldu út lengur en fórust að lokum eins og hinir.
Zu diesem Zeitpunkt waren alle Annehmlichkeiten und die Sanftheit des Südens verschwunden.
Á þessum tíma voru allir þægindi og blíðu Suðurlandsins horfnir.
Die drei Menschen hatten die letzten Spuren ihrer zivilisierten Erziehung abgelegt.

Þessir þrír höfðu losað sig við síðustu ummerki siðmenntaðrar uppeldis síns.

Ohne Glamour und Romantik wurde das Reisen in die Arktis zur brutalen Realität.

Svipt glamúr og rómantík urðu ferðalög um norðurslóðir grimmilega raunveruleg.

Es war eine Realität, die zu hart für ihr Männlichkeits- und Weiblichkeitsgefühl war.

Þetta var veruleiki of harður fyrir tilfinningu þeirra fyrir karlmennsku og kvenleika.

Mercedes weinte nicht mehr um die Hunde, sondern nur noch um sich selbst.

Mercedes grét ekki lengur yfir hundunum, heldur grét nú aðeins yfir sjálfri sér.

Sie verbrachte ihre Zeit damit, zu weinen und mit Hal und Charles zu streiten.

Hún eyddi tímanum í að gráta og rífast við Hal og Charles.

Streiten war das Einzige, wozu sie nie zu müde waren.

Rifrildi voru það eina sem þau voru aldrei of þreytt til að gera.

Ihre Gereiztheit rührte vom Elend her, wuchs mit ihm und übertraf es.

Pirringur þeirra stafaði af eymdinni, jókst með henni og fór fram úr henni.

Die Geduld des Weges, die diejenigen kennen, die sich abmühen und freundlich leiden, kam nie.

Þolinmæði slóðarinnar, sem þeir sem strita og þjást af góðvild þekkja, kom aldrei.

Diese Geduld, die die Sprache trotz Schmerzen süß hält, war ihnen unbekannt.

Sú þolinmæði, sem heldur tali sætu þrátt fyrir sársauka, var þeim ókunn.

Sie besaßen nicht die geringste Spur von Geduld und schöpften keine Kraft aus dem anmutigen Leiden.

Þau höfðu engan vott af þolinmæði, engan styrk sem sóttist í þjáningar með náð.

Sie waren steif vor Schmerz – ihre Muskeln, Knochen und ihr Herz schmerzten.

Þau voru stirð af sársauka — aum í vöðvum, beinum og hjörtum.

Aus diesem Grund bekamen sie eine scharfe Zunge und waren schnell im Umgang mit harten Worten.

Vegna þessa urðu þeir hvassir í tungu og fljótir til að mæla hörðum orðum.

Jeder Tag begann und endete mit wütenden Stimmen und bitteren Klagen.

Hver dagur hófst og endaði með reiðilegum röddum og bitrum kvörtunum.

Charles und Hal stritten sich, wann immer Mercedes ihnen eine Chance gab.

Charles og Hal rifust alltaf þegar Mercedes gaf þeim tækifæri.

Jeder Mann glaubte, dass er mehr als seinen gerechten Anteil an der Arbeit geleistet hatte.

Hver maður taldi sig hafa gert meira en sanngjarnt var fyrir verkið.

Keiner von beiden ließ es sich je entgehen, dies immer wieder zu sagen.

Hvorugur þeirra lét tækifærið renna til að segja það, aftur og aftur.

Manchmal stand Mercedes auf der Seite von Charles, manchmal auf der Seite von Hal.

Stundum tók Mercedes afstöðu með Charles, stundum með Hal.

Dies führte zu einem großen und endlosen Streit zwischen den dreien.

Þetta leiddi til mikilla og endalausra rifrilda milli þeirra þriggja.

Ein Streit darüber, wer Brennholz hacken sollte, geriet außer Kontrolle.

Deila um hver ætti að höggva eldivið fór úr böndunum.

Bald wurden Väter, Mütter, Cousins und verstorbene Verwandte genannt.

Fljótlega voru feður, mæður, frændsystkini og látnir ættingjar nefndir á nafn.

Hal's Ansichten über Kunst oder die Theaterstücke seines Onkels wurden Teil des Kampfes.
Skoðanir Hals á list eða leikrit frænda síns urðu hluti af baráttunni.
Auch Charles' politische Überzeugungen wurden in die Debatte einbezogen.
Stjórnmálaskoðanir Karls komu einnig inn í umræðuna.
Für Mercedes schienen sogar die Gerüchte über die Schwester ihres Mannes relevant zu sein.
Jafnvel slúður systur eiginmanns hennar virtist viðeigandi fyrir Mercedes.
Sie äußerte ihre Meinung dazu und zu vielen Fehlern in Charles' Familie.
Hún lét skoðanir sínar í ljós um það og um marga af göllum fjölskyldu Karls.
Während sie stritten, blieb das Feuer aus und das Lager war halb fertig.
Meðan þau rifust var eldurinn slökktur og tjaldbúðirnar hálfkveiktar.
In der Zwischenzeit waren die Hunde unterkühlt und hatten nichts zu fressen.
Á meðan voru hundarnir kaldir og án nokkurs matar.
Mercedes hegte einen Groll, den sie als zutiefst persönlich betrachtete.
Mercedes hafði kvörtun sem hún taldi mjög persónulega.
Sie fühlte sich als Frau misshandelt und fühlte sich ihrer Privilegien beraubt.
Henni fannst hún vera illa farið með sem kona, neitað um blíðu forréttindi sín.
Sie war hübsch und sanft und pflegte ihr ganzes Leben lang ritterliche Gesten.
Hún var falleg og mjúk og riddarleg alla sína ævi.
Doch ihr Mann und ihr Bruder begegneten ihr nun mit Ungeduld.
En eiginmaður hennar og bróðir sýndu henni nú óþolinmæði.
Sie hatte die Angewohnheit, sich hilflos zu verhalten, und sie begannen, sich zu beschweren.

Hún var vön að hegða sér hjálparvana og þau fóru að kvarta.
Sie war davon beleidigt und machte ihnen das Leben noch schwerer.
Hún móðgaðist yfir þessu og gerði líf þeirra enn erfiðara.
Sie ignorierte die Hunde und bestand darauf, den Schlitten selbst zu fahren.
Hún hunsaði hundana og krafðist þess að fá að fara sjálf á sleðanum.
Obwohl sie von leichter Gestalt war, wog sie fünfundvierzig Kilo.
Þótt hún væri létt að útliti vó hún eitt hundrað og tuttugu pund.
Diese zusätzliche Belastung war zu viel für die hungernden, schwachen Hunde.
Þessi aukabyrði var of mikil fyrir sveltandi, veikburða hundana.
Trotzdem ritt sie tagelang, bis die Hunde in den Zügeln zusammenbrachen.
Samt reið hún í daga, þar til hundarnir féllu saman í taumunum.
Der Schlitten stand still und Charles und Hal baten sie, zu laufen.
Sleðinn stóð kyrr og Charles og Hal báðu hana um að ganga.
Sie flehten und flehten, aber sie weinte und nannte sie grausam.
Þau sárbændu og sárbændu, en hún grét og kallaði þau grimm.
Einmal zogen sie sie mit purer Kraft und Wut vom Schlitten.
Einu sinni drógu þeir hana af sleðanum með hreinu afli og reiði.
Nach dem, was damals passiert ist, haben sie es nie wieder versucht.
Þau reyndu aldrei aftur eftir það sem gerðist þann tíma.
Sie wurde schlaff wie ein verwöhntes Kind und setzte sich in den Schnee.
Hún haltraði eins og spillt barn og settist í snjóinn.

Sie gingen weiter, aber sie weigerte sich aufzustehen oder ihnen zu folgen.

Þau héldu áfram, en hún neitaði að standa upp eða fylgja á eftir.

Nach drei Meilen hielten sie an, kehrten um und trugen sie zurück.

Eftir þrjár mílur stöðvuðu þau, sneru aftur og báru hana til baka.

Sie luden sie wieder auf den Schlitten, wobei sie erneut rohe Gewalt anwandten.

Þeir hlóðu hana aftur upp á sleðann, aftur með hörku afli.

In ihrem tiefen Elend zeigten sie gegenüber dem Leid der Hunde keine Skrupel.

Í djúpri eymd sinni voru þeir tilfinningalausir gagnvart þjáningum hundanna.

Hal glaubte, man müsse sich abhärten und zwang anderen diesen Glauben auf.

Hal trúði því að maður yrði að herða sig og þröngvaði þeirri trú upp á aðra.

Er versuchte zunächst, seiner Schwester seine Philosophie zu predigen

Hann reyndi fyrst að prédika heimspeki sína fyrir systur sinni

und dann predigte er erfolglos seinem Schwager.

og síðan, án árangurs, prédikaði hann fyrir mág sínum.

Bei den Hunden hatte er mehr Erfolg, aber nur, weil er ihnen weh tat.

Hann hafði meiri árangur með hundunum, en aðeins vegna þess að hann meiddi þá.

Bei Five Fingers ist das Hundefutter komplett ausgegangen.

Hjá Five Fingers kláraðist hundamaturinn alveg.

Eine zahnlose alte Squaw verkaufte ein paar Pfund gefrorenes Pferdeleder

Tannlaus gamall squat seldi nokkur pund af frosnu hestaskinni

Hal tauschte seinen Revolver gegen das getrocknete Pferdefell.

Hal skipti skammbyssunni sinni út fyrir þurrkaða hesthúð.

Das Fleisch stammte von den Pferden der Viehzüchter, die Monate zuvor verhungert waren.
Kjötið hafði komið af sveltandi hestum nautgripabænda mánuðum áður.
Gefroren war die Haut wie verzinktes Eisen: zäh und ungenießbar.
Frosin, skinnið var eins og galvaniseruðu járni; sterkt og óæt.
Die Hunde mussten endlos auf dem Fell herumkauen, um es zu fressen.
Hundarnir þurftu að tyggja endalaust á felunni til að éta hana.
Doch die ledrigen Fäden und das kurze Haar waren kaum Nahrung.
En leðurkenndu strengirnir og stutta hárið voru varla næring.
Das Fell war größtenteils irritierend und kein echtes Nahrungsmittel.
Mest af skinninu var pirrandi og ekki fæða í neinum eiginlegum skilningi.
Und während all dem taumelte Buck vorne herum, wie in einem Albtraum.
Og þrátt fyrir allt þetta staulaðist Buck fremst, eins og í martröð.
Er zog, wenn er dazu in der Lage war; wenn nicht, blieb er liegen, bis er mit einer Peitsche oder einem Knüppel hochgehoben wurde.
Hann togaði þegar hann gat; þegar hann gat það ekki lá hann þar til svipa eða kylfa lyfti honum.
Sein feines, glänzendes Fell hatte jegliche Steifheit und jeglichen Glanz verloren, den es einst hatte.
Fínn, glansandi feldurinn hans hafði misst allan stífleika og gljáa sem hann hafði áður haft.
Sein Haar hing schlaff herunter, war zerzaust und mit getrocknetem Blut von den Schlägen verklebt.
Hár hans hékk slappt, úfið og storknað af þurrkuðu blóði eftir höggin.
Seine Muskeln schrumpften zu Sehnen und seine Fleischpolster waren völlig abgenutzt.

Vöðvarnir hans minnkuðu í strengi og holdspúðarnir voru allir slitnir.

Jede Rippe, jeder Knochen war deutlich durch die Falten der runzligen Haut zu sehen.

Hvert rifbein, hvert bein, sást greinilega í gegnum fellingar af hrukkuðum húðflúr.

Es war herzzerreißend, doch Bucks Herz konnte nicht brechen.

Það var hjartnæmt, en samt gat hjarta Bucks ekki brotnað.

Der Mann im roten Pullover hatte das getestet und vor langer Zeit bewiesen.

Maðurinn í rauða peysunni hafði prófað það og sannað það fyrir löngu síðan.

So wie es bei Buck war, war es auch bei allen seinen übrigen Teamkollegen.

Eins og það var með Buck, svo var það líka með alla hans eftirlifandi liðsfélaga.

Insgesamt waren es sieben, jeder einzelne ein wandelndes Skelett des Elends.

Þeir voru sjö alls, hver og einn eins og gangandi beinagrind eymdar.

Sie waren gegenüber den Peitschenhieben taub geworden und spürten nur noch entfernten Schmerz.

Þau voru dofin og máttlaus, fundu aðeins fyrir fjarlægum sársauka.

Sogar Bild und Ton erreichten sie nur schwach, wie durch dichten Nebel.

Jafnvel sjón og heyrn náðu til þeirra dauflega, eins og í gegnum þykka þoku.

Sie waren nicht halb lebendig – es waren Knochen mit schwachen Funken darin.

Þau voru ekki hálf lifandi — þau voru bein með daufum neistum innan í.

Als sie angehalten wurden, brachen sie wie Leichen zusammen, ihre Funken waren fast erloschen.

Þegar þeir voru stöðvaðir hrundu þeir saman eins og lík, neistarnir næstum horfnir.

Und als die Peitsche oder der Knüppel erneut zuschlug, sprühten schwache Funken.

Og þegar svipan eða kylfan sló aftur, flautuðu neistarnir veikt.

Dann erhoben sie sich, taumelten vorwärts und schleiften ihre Gliedmaßen vor sich her.

Þá risu þau upp, stauluðust áfram og drógu útlimina áfram.

Eines Tages stürzte der nette Billee und konnte überhaupt nicht mehr aufstehen.

Dag einn féll góðhjartaði Billee og gat alls ekki risið upp aftur.

Hal hatte seinen Revolver eingetauscht und benutzte stattdessen eine Axt, um Billee zu töten.

Hal hafði skipt á skammbyssu sinni, svo hann notaði öxi til að drepa Billee í staðinn.

Er schlug ihm auf den Kopf, schnitt dann seinen Körper los und schleifte ihn weg.

Hann sló hann í höfuðið, skar síðan líkama hans lausan og dró hann burt.

Buck sah dies und die anderen auch; sie wussten, dass der Tod nahe war.

Buck sá þetta, og hinir líka; þeir vissu að dauðinn var í nánd.

Am nächsten Tag ging Koona und ließ nur fünf Hunde im hungernden Team zurück.

Daginn eftir fór Koona og skildi aðeins fimm hunda eftir í sveltandi hópnum.

Joe war nicht länger gemein, sondern zu weit weg, um überhaupt noch viel mitzubekommen.

Joe, ekki lengur vondur, var of langt genginn til að vita af miklu.

Pike täuschte seine Verletzung nicht länger vor und war kaum bei Bewusstsein.

Pike, sem ekki lengur þóttist meiða sig, var varla meðvitundarlaus.

Solleks, der immer noch treu war, beklagte, dass er nicht mehr die Kraft hatte, etwas zu geben.

Solleks, enn trúr, harmaði að hann hefði engan kraft til að gefa.

Teek wurde am häufigsten geschlagen, weil er frischer war, aber schnell nachließ.
Teek var mest barinn vegna þess að hann var ferskari en dofnaði hratt.
Und Buck, der immer noch in Führung lag, sorgte nicht länger für Ordnung und setzte sie auch nicht durch.
Og Buck, enn í forystu, hélt ekki lengur uppi reglu né framfylgdi henni.
Halb blind vor Schwäche folgte Buck der Spur nur nach Gefühl.
Hálfblindur af veikleika fylgdi Buck slóðinni eingöngu eftir tilfinningunni.
Es war schönes Frühlingswetter, aber keiner von ihnen bemerkte es.
Það var dásamlegt vorveður, en enginn þeirra tók eftir því.
Jeden Tag ging die Sonne früher auf und später unter als zuvor.
Á hverjum degi reis sólin fyrr og settist seinna en áður.
Um drei Uhr morgens dämmerte es, die Dämmerung dauerte bis neun Uhr.
Klukkan þrjú um nóttina rann upp dögun; rökkrið varði til níu.
Die langen Tage waren erfüllt von der vollen Strahlkraft des Frühlingssonnenscheins.
Langir dagarnir voru fylltir af geislandi vorsólarinnar.
Die gespenstische Stille des Winters hatte sich in ein warmes Murmeln verwandelt.
Draugaleg þögn vetrarins hafði breyst í hlýjan mulning.
Das ganze Land erwachte und war erfüllt von der Freude am Leben.
Allt landið vaknaði, lifandi af gleði lifandi vera.
Das Geräusch kam von etwas, das den Winter über tot und reglos dagelegen hatte.
Hljóðið kom frá því sem hafði legið dautt og kyrrt allan veturinn.
Jetzt bewegten sich diese Dinger wieder und schüttelten den langen Frostschlaf ab.

Nú hreyfðust þessir hlutir aftur og hristu af sér hinn langa frostsvefni.
Saft stieg durch die dunklen Stämme der wartenden Kiefern.
Safi steig upp úr dökkum stofnum furutrjánna sem biðu.
An jedem Zweig von Weiden und Espen treiben leuchtende junge Knospen aus.
Víðir og öspur skjóta fram björtum ungum knappum á hverri grein.
Sträucher und Weinreben erstrahlten in frischem Grün, als der Wald zum Leben erwachte.
Runnar og vínviður fengu ferskan grænan lit þegar skógurinn lifnaði við.
Nachts zirpten Grillen und in der Sonne krabbelten Käfer.
Krybbur kvittruðu á nóttunni og skordýr skriðu í dagsbirtunni.
Rebhühner dröhnten und Spechte klopften tief in den Bäumen.
Grjóthænur dundu og spætur börðust djúpt í trjánum.
Eichhörnchen schnatterten, Vögel sangen und Gänse schnatterten über den Hunden.
Íkornar kvöddu, fuglar sungu og gæsir flautu yfir hundunum.
Das Wildgeflügel kam in scharfen Keilen und flog aus dem Süden heran.
Villifuglinn kom í hvössum hópum, flugandi upp úr suðri.
Von jedem Hügel ertönte die Musik verborgener, rauschender Bäche.
Frá hverri hlíð barst tónlist frá földum, straumandi lökkum.
Alles taute auf, brach, bog sich und geriet wieder in Bewegung.
Allt þiðnaði og brotnaði, beygðist og sprakk aftur af stað.
Der Yukon bemühte sich, die Kälteketten des gefrorenen Eises zu durchbrechen.
Júkon reyndi að brjóta kælikeðjurnar úr frosnu ísnum.
Das Eis schmolz von unten, während die Sonne es von oben zum Schmelzen brachte.
Ísinn bráðnaði undir, en sólin bræddi hann að ofan.

Luftlöcher öffneten sich, Risse breiteten sich aus und Brocken fielen in den Fluss.
Loftgöt opnuðust, sprungur breiddust út og brotin féllu í ána.
Inmitten dieses pulsierenden und lodernden Lebens taumelten die Reisenden.
Mitt í öllu þessu iðandi og líflega lífi reikuðu ferðalangarnir.
Zwei Männer, eine Frau und ein Rudel Huskys liefen wie die Toten.
Tveir menn, kona og hópur af husky-hundum gengu eins og dauðir menn.
Die Hunde fielen, Mercedes weinte, fuhr aber immer noch Schlitten.
Hundarnir voru að detta, Mercedes grét, en ók samt á sleðanum.
Hal fluchte schwach und Charles blinzelte mit tränenden Augen.
Hal bölvaði máttlaust og Charles blikkaði augunum með tárvotum augum.
Sie stolperten in John Thorntons Lager an der Mündung des White River.
Þeir rákust inn í herbúðir Johns Thorntons við ósa Hvítaár.
Als sie anhielten, fielen die Hunde flach um, als wären sie alle tot.
Þegar þeir námu staðar féllu hundarnir flatir niður, eins og allir hefðu dottið dauðir niður.
Mercedes wischte sich die Tränen ab und sah zu John Thornton hinüber.
Mercedes þerraði tárin og leit yfir á John Thornton.
Charles saß langsam und steif auf einem Baumstamm, mit Schmerzen vom Weg.
Karl sat hægt og stirðlega á trjábol, verkjandi eftir slóðina.
Hal redete, während Thornton das Ende eines Axtstiels schnitzte.
Hal talaði fyrir sér á meðan Thornton höggva út endann á öxarskafti.
Er schnitzte Birkenholz und antwortete mit kurzen, bestimmten Antworten.

Hann hjó birkivið og svaraði með stuttum, ákveðnum tilsvörum.

Wenn man ihn fragte, gab er Ratschläge, war sich jedoch sicher, dass diese nicht befolgt würden.

Þegar hann var spurður gaf hann ráð, viss um að þeim yrði ekki fylgt.

Hal erklärte: „Sie sagten uns, dass das Eis auf dem Weg schmelzen würde."

Hal útskýrði: „Þeir sögðu okkur að ísinn á slóðinni væri að dofna."

„Sie sagten, wir sollten bleiben, wo wir waren – aber wir haben es bis nach White River geschafft."

„Þau sögðu að við ættum að vera kyrr — en við komumst að White River."

Er schloss mit höhnischem Ton, als wolle er einen Sieg in der Not für sich beanspruchen.

Hann endaði með hæðnislegum tón, eins og hann væri að lýsa yfir sigri í erfiðleikum.

„Und sie haben dir die Wahrheit gesagt", antwortete John Thornton Hal ruhig.

„Og þeir sögðu þér satt," svaraði John Thornton Hal rólega.

„Das Eis kann jeden Moment nachgeben – es ist kurz davor, abzufallen."

„Ísinn getur gefið sig hvenær sem er — hann er tilbúinn að detta af."

„Nur durch blindes Glück und ein paar Narren wäre es möglich gewesen, lebend so weit zu kommen."

„Aðeins blind heppni og fífl hefðu getað komist svona langt lifandi."

„Ich sage es Ihnen ganz offen: Ich würde mein Leben nicht für alles Gold Alaskas riskieren."

„Ég segi þér það alveg hreinskilnislega, ég myndi ekki hætta lífi mínu fyrir allt gullið í Alaska."

„Das liegt wohl daran, dass Sie kein Narr sind", antwortete Hal.

„Það er vegna þess að þú ert ekki fífl, geri ég ráð fyrir," svaraði Hal.

„Trotzdem fahren wir weiter nach Dawson." Er rollte seine Peitsche ab.

„En samt sem áður förum við áfram til Dawson." Hann reif af sér svipuna.

„Komm rauf, Buck! Hallo! Steh auf! Los!", rief er barsch.

„Komdu upp, Buck! Hæ! Komdu upp! Komdu!" hrópaði hann hvösslega.

Thornton schnitzte weiter, wohl wissend, dass Narren nicht auf Vernunft hören.

Thornton hélt áfram að fikta, vitandi að fífl hlusta ekki á rök.

Einen Narren aufzuhalten war sinnlos – und zwei oder drei Narren änderten nichts.

Að stöðva fífl var tilgangslaust — og tveir eða þrír fífl breyttu engu.

Doch als das Team Hal's Befehl hörte, bewegte es sich nicht.

En liðið hreyfði sig ekki við skipun Hals.

Jetzt konnten sie nur noch durch Schläge wieder auf die Beine kommen und weiterkommen.

Núna gætu aðeins högg fengið þá til að rísa og dragast áfram.

Immer wieder knallte die Peitsche über die geschwächten Hunde.

Svipan sleit aftur og aftur yfir veikburða hundana.

John Thornton presste die Lippen fest zusammen und sah schweigend zu.

John Thornton kreisti varirnar þétt saman og horfði þegjandi á.

Solleks war der Erste, der unter der Peitsche auf die Beine kam.

Solleks var fyrstur til að skríða á fætur undir svipuhögginu.

Dann folgte Teek zitternd. Joe schrie auf, als er stolperte.

Þá fylgdi Teek á eftir, skjálfandi. Joe öskraði þegar hann staulaðist upp.

Pike versuchte aufzustehen, scheiterte zweimal und stand schließlich unsicher da.

Pike reyndi að rísa á fætur, mistókst tvisvar sinnum, en stóð loksins óstöðugur á fætur.

Aber Buck blieb liegen, wo er hingefallen war, und bewegte sich dieses Mal überhaupt nicht.

En Buck lá þar sem hann hafði fallið, hreyfði sig alls ekki að þessu sinni.

Die Peitsche schlug immer wieder auf ihn ein, aber er gab keinen Laut von sich.

Svipan sló hann aftur og aftur, en hann gaf ekkert hljóð frá sér.

Er zuckte nicht zusammen und wehrte sich nicht, sondern blieb einfach still und ruhig.

Hann hvorki hikaði né veitti mótspyrnu, heldur var bara kyrr og hljóður.

Thornton rührte sich mehr als einmal, als wolle er etwas sagen, tat es aber nicht.

Thornton hrærði sig oftar en einu sinni, eins og hann ætlaði að tala, en gerði það ekki.

Seine Augen wurden feucht und immer noch knallte die Peitsche gegen Buck.

Augun hans urðu blaut og svipan brotnaði enn gegn Buck.

Schließlich begann Thornton langsam auf und ab zu gehen, unsicher, was er tun sollte.

Loksins fór Thornton að ganga hægt fram og til baka, óviss um hvað hann ætti að gera.

Es war das erste Mal, dass Buck versagt hatte, und Hal wurde wütend.

Þetta var í fyrsta skipti sem Buck mistókst og Hal varð ævareiður.

Er warf die Peitsche weg und nahm stattdessen die schwere Keule.

Hann kastaði svipunni frá sér og tók upp þunga kylfuna í staðinn.

Der Holzknüppel schlug hart auf, aber Buck stand immer noch nicht auf, um sich zu bewegen.

Trékylfan féll fast niður, en Buck reis samt ekki á fætur til að hreyfa sig.

Wie seine Teamkollegen war er zu schwach – aber mehr als das.

Eins og liðsfélagar hans var hann of veikburða — en meira en það.

Buck hatte beschlossen, sich nicht zu bewegen, egal was als Nächstes passieren würde.

Buck hafði ákveðið að hreyfa sig ekki, sama hvað kæmi næst.

Er spürte, wie etwas Dunkles und Bestimmtes direkt vor ihm schwebte.

Hann fann eitthvað dimmt og öruggt sveima rétt fyrir framan hann.

Diese Angst hatte ihn ergriffen, sobald er das Flussufer erreicht hatte.

Þessi ótti hafði gripið hann um leið og hann kom að árbakkanum.

Dieses Gefühl hatte ihn nicht verlassen, seit er das Eis unter seinen Pfoten dünner werden fühlte.

Tilfinningin hafði ekki horfið frá honum síðan hann fann ísinn þunnan undir loppunum.

Etwas Schreckliches wartete – er spürte es gleich weiter unten auf dem Weg.

Eitthvað hræðilegt beið hans — hann fann það rétt niður slóðann.

Er würde nicht auf das Schreckliche vor ihm zugehen

Hann ætlaði ekki að ganga í átt að þessum hræðilega hlut framundan

Er würde keinem Befehl gehorchen, der ihn zu diesem Ding führte.

Hann ætlaði ekki að hlýða neinum skipunum sem leiddu hann til þessa.

Der Schmerz der Schläge war für ihn kaum noch spürbar, er war zu weit weg.

Sársaukinn af höggunum snerti hann varla núna — hann var of langt horfinn.

Der Funke des Lebens flackerte schwach und erlosch unter jedem grausamen Schlag.

Lífsneistinn blikkaði lágt, dofnaði undir hverju grimmilega höggi.

Seine Glieder fühlten sich fremd an, sein ganzer Körper schien einem anderen zu gehören.
Limir hans voru fjarlægir; allur líkami hans virtist tilheyra öðrum.
Er spürte eine seltsame Taubheit, als der Schmerz vollständig nachließ.
Hann fann fyrir undarlegri dofa þegar sársaukinn hvarf alveg.
Aus der Ferne spürte er, dass er geschlagen wurde, aber er wusste es kaum.
Hann fann að verið var að barsmíða sig úr fjarlægð en vissi varla af því.
Er konnte die Schläge schwach hören, aber sie taten nicht mehr wirklich weh.
Hann heyrði dynkin dauft, en þau voru ekki lengur raunverulega sár.
Die Schläge trafen, aber sein Körper schien nicht mehr sein eigener zu sein.
Höggin lentu en líkami hans virtist ekki lengur hans eigin.
Dann stieß John Thornton plötzlich und ohne Vorwarnung einen wilden Schrei aus.
Þá skyndilega, án viðvörunar, rak John Thornton upp óp.
Es war unartikuliert, eher der Schrei eines Tieres als eines Menschen.
Það var óskýrt, frekar óp dýrs en manns.
Er sprang mit der Keule auf den Mann zu und stieß Hal nach hinten.
Hann stökk á manninn með kylfuna og sló Hal aftur á bak.
Hal flog, als wäre er von einem Baum getroffen worden, und landete hart auf dem Boden.
Hal flaug eins og tré hefði rekist á hann og lenti þungt á jörðinni.
Mercedes schrie laut vor Panik und umklammerte ihr Gesicht.
Mercedes öskraði upphátt í örvæntingu og greip um andlit hennar.
Charles sah nur zu, wischte sich die Augen und blieb sitzen.
Karl horfði bara á, þurrkaði sér um augun og sat síðan kyrr.

Sein Körper war vor Schmerzen zu steif, um aufzustehen oder beim Kampf mitzuhelfen.
Líkami hans var of stífur af sársauka til að geta risið upp eða hjálpað til í bardaganum.
Thornton stand über Buck, zitterte vor Wut und konnte nicht sprechen.
Thornton stóð yfir Buck, skjálfandi af reiði, ófær um að tala.
Er zitterte vor Wut und kämpfte darum, trotz allem seine Stimme wiederzufinden.
Hann skalf af reiði og barðist við að finna rödd sína í gegnum hana.
„Wenn du den Hund noch einmal schlägst, bringe ich dich um", sagte er schließlich.
„Ef þú slærð þennan hund aftur, þá drep ég þig," sagði hann loksins.
Hal wischte sich das Blut aus dem Mund und kam wieder nach vorne.
Hal þurrkaði sér blóðið og kom fram aftur.
„Es ist mein Hund", murmelte er. „Geh mir aus dem Weg, sonst kriege ich dich wieder in Ordnung."
„Þetta er hundurinn minn," muldraði hann. „Farðu úr veginum, eða ég laga þig."
„Ich gehe nach Dawson und Sie halten mich nicht auf", fügte er hinzu.
„Ég er að fara til Dawson og þú ætlar ekki að stoppa mig," bætti hann við.
Thornton stand fest zwischen Buck und dem wütenden jungen Mann.
Thornton stóð fastur á milli Bucks og hins reiða unga manns.
Er hatte nicht die Absicht, zur Seite zu treten oder Hal vorbeizulassen.
Hann hafði ekki í hyggju að stíga til hliðar eða láta Hal fara fram hjá sér.
Hal zog sein Jagdmesser heraus, das lang und gefährlich in der Hand lag.
Hal dró upp veiðihnífinn sinn, langan og hættulega í hendinni.

Mercedes schrie, dann weinte sie und lachte dann in wilder Hysterie.
Mercedes öskraði, grét svo og hló svo í villtri móðursýki.
Thornton schlug mit dem Axtstiel hart und schnell auf Hals Hand.
Thornton sló fast og hratt í hönd Hals með öxarskaftinu.
Das Messer wurde aus Hals Griff gerissen und flog zu Boden.
Hnífurinn losnaði úr greipum Hals og flaug til jarðar.
Hal versuchte, das Messer aufzuheben, und Thornton klopfte erneut auf seine Fingerknöchel.
Hal reyndi að taka hnífinn upp og Thornton barði aftur á hnúana.
Dann bückte sich Thornton, griff nach dem Messer und hielt es fest.
Þá laut Thornton niður, greip hnífinn og hélt á honum.
Mit zwei schnellen Hieben des Axtstiels zerschnitt er Bucks Zügel.
Með tveimur hröðum höggum með öxarskaftinu hjó hann á taumana á Buck.
Hal hatte keine Kraft mehr, sich zu wehren, und trat von dem Hund zurück.
Hal hafði enga baráttu eftir og steig á bak frá hundinum.
Außerdem brauchte Mercedes jetzt beide Arme, um aufrecht zu bleiben.
Auk þess þurfti Mercedes nú báða handleggina til að halda sér uppréttri.
Buck war dem Tod zu nahe, um noch einmal einen Schlitten ziehen zu können.
Buck var of nærri dauðanum til að geta dregið sleða aftur.
Ein paar Minuten später legten sie ab und fuhren flussabwärts.
Fáeinum mínútum síðar lögðu þau af stað og héldu niður ána.
Buck hob schwach den Kopf und sah ihnen nach, wie sie die Bank verließen.
Buck lyfti höfðinu máttlaust og horfði á þá fara úr bankanum.
Pike führte das Team an, mit Solleks am Ende des Feldes.

Pike leiddi liðið, með Solleks aftast í stýrissætinu.
Joe und Teek gingen dazwischen, beide humpelten vor Erschöpfung.
Joe og Teek gengu á milli, báðir haltrandi af þreytu.
Mercedes saß auf dem Schlitten und Hal hielt die lange Lenkstange fest.
Mercedes sat á sleðanum og Hal greip í langa gæsastöngina.
Charles stolperte hinterher, seine Schritte waren unbeholfen und unsicher.
Karl hrasaði á eftir sér, klaufalegur og óöruggur í skrefunum.
Thornton kniete neben Buck und tastete vorsichtig nach gebrochenen Knochen.
Thornton kraup við hlið Bucks og þreifaði varlega eftir brotum.
Seine Hände waren rau, bewegten sich aber mit Freundlichkeit und Sorgfalt.
Hendur hans voru hrjúfar en hreyfðust af góðvild og umhyggju.
Bucks Körper wies Blutergüsse auf, wies jedoch keine bleibenden Verletzungen auf.
Líkami Bucks var marinn en engin varanleg meiðsli reyndust.
Zurück blieben schrecklicher Hunger und nahezu völlige Schwäche.
Það sem eftir var var hræðileg hungursneyð og nær alger máttleysi.
Als dies klar wurde, war der Schlitten bereits weit flussabwärts gefahren.
Þegar þetta var orðið ljóst var sleðinn kominn langt niður ána.
Mann und Hund sahen zu, wie der Schlitten langsam über das knackende Eis kroch.
Maður og hundur horfðu á sleðann skríða hægt yfir sprunginn ísinn.
Dann sahen sie, wie der Schlitten in eine Mulde sank.
Þá sáu þau sleðann sökkva ofan í dæld.
Die Gee-Stange flog in die Höhe, und Hal klammerte sich immer noch vergeblich daran fest.
Gístöngin flaug upp, og Hal hélt enn fast í hana til einskis.

Mercedes' Schrei erreichte sie über die kalte Ferne.
Óp Mercedes barst til þeirra yfir kalda fjarlægðina.
Charles drehte sich um und trat zurück – aber er war zu spät.
Karl sneri sér við og steig til baka – en hann var of seinn.
Eine ganze Eisdecke brach nach und sie alle fielen hindurch.
Heil ísbreiðan gaf sig og þau féllu öll í gegn.
Hunde, Schlitten und Menschen verschwanden im schwarzen Wasser darunter.
Hundar, sleðar og fólk hurfu í svarta vatnið fyrir neðan.
An der Stelle, an der sie vorbeigekommen waren, war nur ein breites Loch im Eis zurückgeblieben.
Aðeins stórt gat var eftir í ísnum þar sem þeir höfðu farið fram hjá.
Der Boden des Pfades war nach unten abgesunken – genau wie Thornton gewarnt hatte.
Botn slóðarinnar hafði dottið út — rétt eins og Thornton varaði við.
Thornton und Buck sahen sich einen Moment lang schweigend an.
Thornton og Buck horfðu hvor á annan, þöglir um stund.
„Du armer Teufel", sagte Thornton leise und Buck leckte ihm die Hand.
„Þú vesalings djöfull," sagði Thornton lágt og Buck sleikti höndina á honum.

Aus Liebe zu einem Mann
Fyrir ást mannsins

John Thornton erfror in der Kälte des vergangenen Dezembers seine Füße.
John Thornton fraus fæturna í kuldanum í desember síðastliðnum.
Seine Partner machten es ihm bequem und ließen ihn allein genesen.
Samstarfsaðilar hans létu honum líða vel og létu hann einn jafna sig.
Sie fuhren den Fluss hinauf, um ein Floß mit Sägestämmen für Dawson zu holen.
Þau fóru upp ána til að safna saman sagviðarflóka fyrir Dawson.
Er humpelte noch leicht, als er Buck vor dem Tod rettete.
Hann haltraði enn lítillega þegar hann bjargaði Buck frá dauða.
Aber bei anhaltend warmem Wetter verschwand sogar dieses Hinken.
En með áframhaldandi hlýju veðri hvarf jafnvel þessi haltur.
Buck ruhte sich an langen Frühlingstagen am Flussufer aus.
Buck hvíldi sig við árbakkann á löngum vordögum.
Er beobachtete das fließende Wasser und lauschte den Vögeln und Insekten.
Hann horfði á rennandi vatnið og hlustaði á fugla og skordýr.
Langsam erlangte Buck unter Sonne und Himmel seine Kraft zurück.
Hægt og rólega endurheimti Buck krafta sína undir sólinni og himninum.
Nach einer Reise von dreitausend Meilen war eine Pause ein wunderbares Gefühl.
Hvíldin var dásamleg eftir að hafa ferðast þrjú þúsund kílómetra.
Buck wurde träge, als seine Wunden heilten und sein Körper an Gewicht zunahm.
Buck varð latur þegar sár hans gróu og líkami hans fylltist.

Seine Muskeln wurden fester und das Fleisch bedeckte wieder seine Knochen.
Vöðvarnir hans stinnnuðu og hold huldi beinin aftur.
Sie ruhten sich alle aus – Buck, Thornton, Skeet und Nig.
Þau voru öll að hvíla sig — Buck, Thornton, Skeet og Nig.
Sie warteten auf das Floß, das sie nach Dawson bringen sollte.
Þau biðu eftir flekanum sem átti að flytja þau niður til Dawson.
Skeet war ein kleiner Irish Setter, der sich mit Buck anfreundete.
Skeet var lítill írskur setter sem vingast við Buck.
Buck war zu schwach und krank, um ihr bei ihrem ersten Treffen Widerstand zu leisten.
Buck var of veikur og veikur til að veita henni mótspyrnu við fyrsta fund þeirra.
Skeet hatte die Heilereigenschaft, die manche Hunde von Natur aus besitzen.
Skeet hafði þann lækningaeiginleika sem sumir hundar hafa náttúrulega.
Wie eine Katzenmutter leckte und reinigte sie Bucks offene Wunden.
Eins og kattarmamma sleikti hún og hreinsaði hrá sár Bucks.
Jeden Morgen nach dem Frühstück wiederholte sie ihre sorgfältige Arbeit.
Á hverjum morgni eftir morgunmat endurtók hún vandlega vinnu sína.
Buck erwartete ihre Hilfe ebenso sehr wie die von Thornton.
Buck fór að vænta hjálpar hennar jafn mikið og hann vænti hjálpar Thorntons.
Nig war auch freundlich, aber weniger offen und weniger liebevoll.
Nig var líka vingjarnleg, en minna opinská og minna ástúðleg.
Nig war ein großer schwarzer Hund, halb Bluthund, halb Hirschhund.
Nig var stór svartur hundur, hálfur blóðhundur og hálfur dádýrahundur.

Er hatte lachende Augen und eine unendlich gute Seele.
Hann hafði brosandi augu og endalausa góðvild í anda sínum.
Zu Bucks Überraschung zeigte keiner der Hunde Eifersucht ihm gegenüber.
Buck til undrunar sýndi hvorugur hundurinn honum öfund.
Sowohl Skeet als auch Nig erfuhren die Freundlichkeit von John Thornton.
Bæði Skeet og Nig nutu sömu góðvildar og John Thornton.
Als Buck stärker wurde, verleiteten sie ihn zu albernen Hundespielen.
Þegar Buck varð sterkari lokkuðu þeir hann í heimskulega hundaleiki.
Auch Thornton spielte oft mit ihnen und konnte ihrer Freude nicht widerstehen.
Thornton lék sér líka oft við þau, ófær um að standast gleði þeirra.
Auf diese spielerische Weise gelang Buck der Übergang von der Krankheit in ein neues Leben.
Á þennan leikræna hátt færðist Buck frá veikindum yfir í nýtt líf.
Endlich hatte er Liebe gefunden – wahre, brennende und leidenschaftliche Liebe.
Ástin – sönn, brennandi og ástríðufull ást – var loksins hans.
Auf Millers Anwesen hatte er diese Art von Liebe nie erlebt.
Hann hafði aldrei kynnst þess konar ást á bústað Millers.
Mit den Söhnen des Richters hatte er Arbeit und Abenteuer geteilt.
Með sonum dómarans hafði hann deilt verkum og ævintýrum.
Bei den Enkeln sah er steifen und prahlerischen Stolz.
Hjá barnabörnunum sá hann stífan og montinn stolt.
Mit Richter Miller selbst verband ihn eine respektvolle Freundschaft.
Við dómara Miller sjálfan átti hann virðingarfullan vin.
Doch mit Thornton kam eine Liebe, die Feuer, Wahnsinn und Anbetung war.
En ást sem var eldur, brjálæði og tilbeiðsla kom með Thornton.

Dieser Mann hatte Bucks Leben gerettet, und das allein bedeutete sehr viel.

Þessi maður hafði bjargað lífi Bucks, og það eitt og sér þýddi heilmikið.

Aber darüber hinaus war John Thornton der ideale Meistertyp.

En meira en það, John Thornton var kjörinn meistari.

Andere Männer kümmerten sich aus Pflichtgefühl oder geschäftlicher Notwendigkeit um Hunde.

Aðrir menn annast hunda af skyldu eða nauðsyn í atvinnuskyni.

John Thornton kümmerte sich um seine Hunde, als wären sie seine Kinder.

John Thornton annaðist hundana sína eins og þeir væru börnin hans.

Er kümmerte sich um sie, weil er sie liebte und einfach nicht anders konnte.

Hann elskaði þau af því að hann gat einfaldlega ekki að því gert.

John Thornton sah sogar weiter, als die meisten Menschen jemals sehen konnten.

John Thornton sá jafnvel lengra en flestir menn nokkurn tímann náðu að sjá.

Er vergaß nie, sie freundlich zu grüßen oder ein aufmunterndes Wort zu sagen.

Hann gleymdi aldrei að heilsa þeim vinsamlega eða segja hlýlegt orð.

Er liebte es, mit den Hunden zusammenzusitzen und lange zu reden, oder, wie er sagte, „gasy".

Hann elskaði að sitja niður með hundunum í löngum samræðum, eða „loftgosi" eins og hann sagði.

Er packte Bucks Kopf gern grob zwischen seinen starken Händen.

Honum líkaði að grípa harkalega um höfuð Bucks milli sterkra handa sinna.

Dann lehnte er seinen Kopf an Bucks und schüttelte ihn sanft.

Svo lagði hann höfuðið að höfði Bucks og hristi hann hann varlega.
Die ganze Zeit über beschimpfte er Buck mit unhöflichen Namen, die für ihn Liebe bedeuteten.
Allan tímann kallaði hann Buck dónaleg nöfn sem þýddu ást fyrir Buck.
Buck bereiteten diese grobe Umarmung und diese Worte große Freude.
Þessi hrjúfa faðmlag og þessi orð veittu Buck djúpa gleði.
Sein Herz schien bei jeder Bewegung vor Glück zu beben.
Hjarta hans virtist titra af hamingju við hverja hreyfingu.
Als er anschließend aufsprang, sah sein Mund aus, als würde er lachen.
Þegar hann spratt upp á eftir leit út eins og munnurinn á honum væri að hlæja.
Seine Augen leuchteten hell und seine Kehle zitterte vor unausgesprochener Freude.
Augun hans skinu skært og hálsinn titraði af ólýsanlegri gleði.
Sein Lächeln blieb in diesem Zustand der Ergriffenheit und glühenden Zuneigung stehen.
Bros hans stóð kyrrt í þessu tilfinningaástandi og geislandi ástúð.
Dann rief Thornton nachdenklich aus: „Gott! Er kann fast sprechen!"
Þá hrópaði Thornton hugsi: „Guð minn góður! hann getur næstum talað!"
Buck hatte eine seltsame Art, Liebe auszudrücken, die beinahe Schmerzen verursachte.
Buck hafði undarlega leið til að tjá ást sem næstum olli sársauka.
Er umklammerte Thorntons Hand oft sehr fest mit seinen Zähnen.
Hann greip oft mjög fast í hönd Thorntons.
Der Biss würde tiefe Spuren hinterlassen, die noch einige Zeit blieben.
Bitið átti eftir að skilja eftir djúp spor sem héldu áfram um tíma á eftir.

Buck glaubte, dass diese Eide Liebe waren, und Thornton wusste das auch.

Buck trúði því að þessir eiðar væru ást, og Thornton vissi það sama.

Meistens zeigte sich Bucks Liebe in stiller, fast stummer Verehrung.

Oftast birtist ást Bucks í hljóðri, næstum þögulli aðdáun.

Obwohl er sich freute, wenn man ihn berührte oder ansprach, suchte er nicht nach Aufmerksamkeit.

Þótt hann væri himinlifandi þegar hann var snert eða talað við hann, þá leitaði hann ekki athygli.

Skeet schob ihre Nase unter Thorntons Hand, bis er sie streichelte.

Skeet ýtti við trýninu undir hönd Thorntons þar til hann strauk henni.

Nig kam leise herbei und legte seinen großen Kopf auf Thorntons Knie.

Nig gekk hljóðlega upp að honum og lagði stóra höfuðið á hné Thorntons.

Buck hingegen war zufrieden damit, aus respektvoller Distanz zu lieben.

Buck, hins vegar, var ánægður með að elska úr virðulegri fjarlægð.

Er lag stundenlang zu Thorntons Füßen, wachsam und aufmerksam beobachtend.

Hann lá klukkustundum saman við fætur Thorntons, vakandi og fylgist grannt með.

Buck studierte jedes Detail des Gesichts seines Herrn und jede kleinste Bewegung.

Buck rannsakaði hvert smáatriði í andliti húsbónda síns og minnstu hreyfingar.

Oder er blieb weiter weg liegen und betrachtete schweigend die Gestalt des Mannes.

Eða laug lengra í burtu, rannsakaði lögun mannsins í þögn.

Buck beobachtete jede kleine Bewegung, jede Veränderung seiner Haltung oder Geste.

Buck fylgdist með hverri litlu hreyfingu, hverri breytingu á líkamsstöðu eða látbragði.

Diese Verbindung war so stark, dass sie Thorntons Blick oft auf sich zog.

Svo sterk var þessi tenging að hún dró oft athygli Thorntons.

Er begegnete Bucks Blick ohne Worte, Liebe schimmerte deutlich hindurch.

Hann mætti augnaráði Bucks án orða, ástin skein skýrt í gegnum hann.

Nach seiner Rettung ließ Buck Thornton lange Zeit nicht aus den Augen.

Langt síðan Buck bjargaði Thornton, en hann sleppti honum aldrei úr augsýn.

Immer wenn Thornton das Zelt verließ, folgte Buck ihm dicht auf den Fersen.

Alltaf þegar Thornton fór úr tjaldinu fylgdi Buck honum fast á eftir út.

All die strengen Herren im Nordland hatten Buck Angst gemacht, zu vertrauen.

Allir hinir hörðu húsbændur í Norðurlandinu höfðu gert Buck hræddan við að treysta.

Er befürchtete, dass kein Mann länger als kurze Zeit sein Herr bleiben könnte.

Hann óttaðist að enginn maður gæti verið húsbóndi hans lengur en í stuttan tíma.

Er befürchtete, dass John Thornton wie Perrault und François verschwinden würde.

Hann óttaðist að John Thornton myndi hverfa eins og Perrault og François.

Sogar nachts quälte die Angst, ihn zu verlieren, Buck mit unruhigem Schlaf.

Jafnvel á nóttunni ásótti óttinn við að missa hann órólegan svefn Bucks.

Als Buck aufwachte, kroch er in die Kälte hinaus und ging zum Zelt.

Þegar Buck vaknaði, læddist hann út í kuldann og gekk að tjaldinu.

Er lauschte aufmerksam auf das leise Geräusch des Atmens in seinem Inneren.
Hann hlustaði vandlega eftir mjúkum andardrátt inni í sér.
Trotz Bucks tiefer Liebe zu John Thornton blieb die Wildnis am Leben.
Þrátt fyrir djúpa ást Bucks á John Thornton, lifði villidýrin af.
Dieser im Norden erwachte primitive Instinkt ist nicht verschwunden.
Þessi frumstæða eðlishvöt, sem vaknaði í norðri, hvarf ekki.
Liebe brachte Hingabe, Treue und die warme Verbundenheit des Kaminfeuers.
Ástin færði hollustu, tryggð og hlýju bandi arinsins.
Aber Buck behielt auch seine wilden Instinkte, scharf und stets wachsam.
En Buck hélt líka villtum eðlishvötum sínum, skörpum og alltaf vakandi.
Er war nicht nur ein gezähmtes Haustier aus den sanften Ländern der Zivilisation.
Hann var ekki bara tamt gæludýr frá mjúkum löndum siðmenningarinnar.
Buck war ein wildes Wesen, das hereingekommen war, um an Thorntons Feuer zu sitzen.
Buck var villidýr sem hafði komið inn til að sitja við eldinn hjá Thornton.
Er sah aus wie ein Südlandhund, aber in ihm lebte Wildheit.
Hann leit út eins og Suðurlandshundur, en villimennska bjó í honum.
Seine Liebe zu Thornton war zu groß, um zuzulassen, dass er den Mann bestohlen hätte.
Ást hans á Thornton var of mikil til að leyfa þjófnað frá manninum.
Aber in jedem anderen Lager würde er dreist und ohne Pause stehlen.
En í hvaða öðrum herbúðum sem er myndi hann stela djarflega og án þess að hika.
Er war beim Stehlen so geschickt, dass ihn niemand erwischen oder beschuldigen konnte.

Hann var svo klár í að stela að enginn gat náð honum né ásakað hann.

Sein Gesicht und sein Körper waren mit Narben aus vielen vergangenen Kämpfen übersät.

Andlit hans og líkami voru þakin örum eftir mörg fyrri bardaga.

Buck kämpfte immer noch erbittert, aber jetzt kämpfte er mit mehr List.

Buck barðist enn af hörku, en nú barðist hann af meiri lævísi.

Skeet und Nig waren zu sanft, um zu kämpfen, und sie gehörten Thornton.

Skeet og Nig voru of blíðir til að berjast, og þeir voru Thorntons.

Aber jeder fremde Hund, egal wie stark oder mutig, wich zurück.

En hver sá ókunnugi hundur, sama hversu sterkur eða hugrakkur hann var, gafst upp.

Ansonsten kämpfte der Hund gegen Buck und um sein Leben.

Annars endaði hundurinn á því að berjast við Buck; berjast fyrir lífi sínu.

Buck kannte keine Gnade, wenn er sich entschied, gegen einen anderen Hund zu kämpfen.

Buck sýndi enga miskunn þegar hann valdi að berjast við annan hund.

Er hatte das Gesetz der Keule und des Reißzahns im Nordland gut gelernt.

Hann hafði lært vel lögmál kylfu og vígtennta á Norðurlandi.

Er gab nie einen Vorteil auf und wich nie einer Schlacht aus.

Hann lét aldrei af forskoti og bakkaði aldrei úr bardaga.

Er hatte Spitz und die wildesten Post- und Polizeihunde studiert.

Hann hafði rannsakað Spitz-hunda og grimmustu póst- og lögregluhunda.

Er wusste genau, dass es im wilden Kampf keinen Mittelweg gab.

Hann vissi greinilega að enginn millivegur væri til í villtum bardögum.

Er musste herrschen oder beherrscht werden; Gnade zu zeigen, hieße, Schwäche zu zeigen.

Hann verður að stjórna eða láta stjórnast; að sýna miskunn þýddi að sýna veikleika.

In der rauen und brutalen Welt des Überlebens kannte man keine Gnade.

Miskunn var óþekkt í hráum og grimmilegum heimi lifunarinnar.

Gnade zu zeigen wurde als Angst angesehen und Angst führte schnell zum Tod.

Að sýna miskunn var litið á sem ótta, og ótti leiddi fljótt til dauða.

Das alte Gesetz war einfach: töten oder getötet werden, essen oder gefressen werden.

Gamla lögmálið var einfalt: drepa eða verða drepinn, borða eða verða étinn.

Dieses Gesetz stammte aus längst vergangenen Zeiten und Buck befolgte es vollständig.

Þessi lögmál kom úr djúpi tímans og Buck fylgdi því til hlítar.

Buck war älter als sein Alter und die Anzahl seiner Atemzüge.

Buck var eldri en aldur hans og fjöldi andardrátta sem hann dró.

Er verband die ferne Vergangenheit klar mit der Gegenwart.

Hann tengdi fortíðina greinilega við nútímann.

Die tiefen Rhythmen der Zeitalter bewegten sich durch ihn wie die Gezeiten.

Djúpir taktar aldanna hreyfðust í gegnum hann eins og sjávarföll.

Die Zeit pulsierte in seinem Blut so sicher, wie die Jahreszeiten die Erde bewegen.

Tíminn pulsaði í blóði hans eins örugglega og árstíðirnar færðu jörðina til hreyfingar.

Er saß mit starker Brust und weißen Reißzähnen an Thorntons Feuer.

Hann sat við eldinn hjá Thornton, með sterkar bringur og hvítar vígtennur.

Sein langes Fell wehte, aber hinter ihm beobachteten ihn die Geister wilder Hunde.

Langi feldurinn hans veifaði, en fyrir aftan hann fylgdust andar villihunda með.

Halbwölfe und Vollwölfe regten sich in seinem Herzen und seinen Sinnen.

Hálfur úlfar og heilir úlfar hrærðust í hjarta hans og skilningarvitum.

Sie probierten sein Fleisch und tranken dasselbe Wasser wie er.

Þau smökkuðu kjötið hans og drukku sama vatnið og hann.

Sie schnupperten neben ihm den Wind und lauschten dem Wald.

Þau þefuðu af vindinum við hlið hans og hlustuðu á skógarsuðinn.

Sie flüsterten die Bedeutung der wilden Geräusche in der Dunkelheit.

Þau hvísluðu merkingu villihljóðanna í myrkrinu.

Sie prägten seine Stimmungen und leiteten jede seiner stillen Reaktionen.

Þau mótuðu skap hans og stýrðu öllum hans hljóðlátu viðbrögðum.

Sie lagen bei ihm, während er schlief, und wurden Teil seiner tiefen Träume.

Þau lágu hjá honum á meðan hann svaf og urðu hluti af djúpum draumum hans.

Sie träumten mit ihm, über ihn hinaus und bildeten seinen Geist.

Þau dreymdu með honum, handan hans, og mynduðu sjálfan anda hans.

Die Geister der Wildnis riefen so stark, dass Buck sich hingezogen fühlte.

Andar villidýranna kölluðu svo sterkt að Buck fann til togunar.

Mit jedem Tag wurden die Menschheit und ihre Ansprüche in Bucks Herzen schwächer.
Með hverjum deginum veiktist mannkynið og kröfur þess í hjarta Bucks.
Tief im Wald würde ein seltsamer und aufregender Ruf erklingen.
Djúpt inni í skóginum var undarlegt og spennandi kall að heyrast.
Jedes Mal, wenn er den Ruf hörte, verspürte Buck einen Drang, dem er nicht widerstehen konnte.
Í hvert skipti sem Buck heyrði kallið fann hann óstöðvandi löngun.
Er wollte sich vom Feuer und den ausgetretenen menschlichen Pfaden abwenden.
Hann ætlaði að snúa sér frá eldinum og frá troðnum slóðum manna.
Er wollte in den Wald eintauchen und weitergehen, ohne zu wissen, warum.
Hann ætlaði að steypa sér inn í skóginn, halda áfram án þess að vita hvers vegna.
Er hinterfragte diese Anziehungskraft nicht, denn der Ruf war tief und kraftvoll.
Hann efaðist ekki um þetta aðdráttarafl, því kallið var djúpt og kröftugt.
Oft erreichte er den grünen Schatten und die weiche, unberührte Erde
Oft náði hann í græna skuggann og mjúka, ósnortna jörðina
Doch dann zog ihn die große Liebe zu John Thornton zurück zum Feuer.
En þá dró sterk ást á John Thornton hann aftur að eldinum.
Nur John Thornton hatte Bucks wildes Herz wirklich in seiner Gewalt.
Aðeins John Thornton hélt í raun og veru villta hjarta Bucks í faðmi sér.
Der Rest der Menschheit hatte für Buck keinen bleibenden Wert oder keine bleibende Bedeutung.

Restin af mannkyninu hafði ekkert varanlegt gildi eða merkingu fyrir Buck.

Fremde könnten ihn loben oder ihm mit freundlichen Händen über das Fell streicheln.

Ókunnugir gætu hrósað honum eða strjúkt feldinn hans með vinalegum höndum.

Buck blieb ungerührt und ging vor lauter Zuneigung davon.

Buck var óhræður og gekk í burtu vegna of mikillar ástúðar.

Hans und Pete kamen mit dem lange erwarteten Floß

Hans og Pétur komu með flekann sem lengi hafði verið beðið eftir

Buck ignorierte sie, bis er erfuhr, dass sie sich in der Nähe von Thornton befanden.

Buck hunsaði þau þar til hann komst að því að þau voru nálægt Thornton.

Danach tolerierte er sie, zeigte ihnen jedoch nie seine volle Zuneigung.

Eftir það þoldi hann þau en sýndi þeim aldrei fulla hlýju.

Er nahm Essen oder Freundlichkeiten von ihnen an, als täte er ihnen einen Gefallen.

Hann þáði mat eða góðvild frá þeim eins og hann væri að gera þeim greiða.

Sie waren wie Thornton – einfach, ehrlich und klar im Denken.

Þau voru eins og Thornton — einföld, heiðarleg og skýr í hugsun.

Gemeinsam reisten sie zu Dawsons Sägewerk und dem großen Wirbel

Öll saman ferðuðust þau til sagverks Dawsons og hins mikla hvirfils.

Auf ihrer Reise lernten sie Bucks Wesen tiefgründig kennen.

Á ferðalagi sínu lærðu þau að skilja eðli Bucks til fulls.

Sie versuchten nicht, sich näherzukommen, wie es Skeet und Nig getan hatten.

Þau reyndu ekki að verða náin eins og Skeet og Nig höfðu gert.

Doch Bucks Liebe zu John Thornton wurde mit der Zeit immer stärker.
En ást Bucks á John Thornton jókst aðeins með tímanum.
Nur Thornton könnte Buck im Sommer eine Last auf die Schultern laden.
Aðeins Thornton gat sett bakpoka á bak Bucks í sumar.
Was auch immer Thornton befahl, Buck war bereit, es uneingeschränkt zu tun.
Buck var tilbúinn að gera hvað sem Thornton bauð honum að gera.
Eines Tages, nachdem sie Dawson in Richtung der Quellgewässer des Tanana verlassen hatten,
Dag einn, eftir að þau lögðu af stað frá Dawson og áttu leið að upptökum Tanana-árinnar,
die Gruppe saß auf einer Klippe, die dreihundert Fuß bis zum nackten Fels abfiel.
Hópurinn sat á kletti sem féll þrjá feta niður á beran berggrunn.
John Thornton saß nahe der Kante und Buck ruhte sich neben ihm aus.
John Thornton sat nálægt brúninni og Buck hvíldi sig við hlið hans.
Thornton hatte plötzlich eine Idee und rief die Männer auf sich aufmerksam.
Thornton fékk skyndilega hugsun og vakti athygli mannanna.
Er deutete über den Abgrund und gab Buck einen einzigen Befehl.
Hann benti yfir gjána og gaf Buck eina skipun.
„Spring, Buck!", sagte er und schwang seinen Arm über den Abgrund.
„Hoppaðu, Buck!" sagði hann og sveiflaði hendinni yfir dropann.
Einen Moment später musste er Buck packen, der sofort lossprang, um zu gehorchen.
Á augabragði varð hann að grípa í Buck, sem stökk til að hlýða.

Hans und Pete eilten nach vorne und zogen beide in Sicherheit.
Hans og Pétur hlupu fram og drógu báða aftur í öruggt skjól.
Nachdem alles vorbei war und sie wieder zu Atem gekommen waren, ergriff Pete das Wort.
Eftir að öllu var lokið og þau höfðu náð andanum, tók Pétur til máls.
„Die Liebe ist unheimlich", sagte er, erschüttert von der wilden Hingabe des Hundes.
„Ástin er óhugnanleg," sagði hann, skelfdur af brennandi hollustu hundsins.
Thornton schüttelte den Kopf und antwortete mit ruhiger Ernsthaftigkeit.
Thornton hristi höfuðið og svaraði með rólegri alvöru.
„Nein, die Liebe ist großartig", sagte er, „aber auch schrecklich."
„Nei, ástin er dásamleg," sagði hann, „en líka hræðileg."
„Manchmal, das muss ich zugeben, macht mir diese Art von Liebe Angst."
„Stundum verð ég að viðurkenna að þessi tegund ástar gerir mig hræddan."
Pete nickte und sagte: „Ich möchte nicht der Mann sein, der dich berührt."
Pétur kinkaði kolli og sagði: „Mig langar ekki til að vera maðurinn sem snertir þig."
Er sah Buck beim Sprechen ernst und voller Respekt an.
Hann horfði á Buck meðan hann talaði, alvarlegur og fullur virðingar.
„Py Jingo!", sagte Hans schnell. „Ich auch nicht, nein, Sir."
„Py Jingo!" sagði Hans fljótt. „Ég heldur ekki, herra minn."

Noch vor Jahresende wurden Petes Befürchtungen in Circle City wahr.
Áður en árið lauk rættist ótti Pete í Circle City.
Ein grausamer Mann namens Black Burton hat in der Bar eine Schlägerei angezettelt.
Grimmur maður að nafni Black Burton hóf slagsmál á barnum.

Er war wütend und bösartig und ging auf einen Neuling los.
Hann var reiður og illgjarn og réðst á nýjan, viðkvæman mann.
John Thornton schritt ein, ruhig und gutmütig wie immer.
John Thornton kom inn í myndina, rólegur og góðlyndur eins og alltaf.
Buck lag mit gesenktem Kopf in einer Ecke und beobachtete Thornton aufmerksam.
Buck lá í horni, með höfuðið niðurbeygt, og fylgdist grannt með Thornton.
Burton schlug plötzlich zu und sein Schlag ließ Thornton herumwirbeln.
Burton sló skyndilega til og hnefahöggið hans olli því að Thornton varð órólegur.
Nur die Stangenreling verhinderte, dass er hart auf den Boden stürzte.
Aðeins handriðið á stönginni kom í veg fyrir að hann féll harkalega til jarðar.
Die Beobachter hörten ein Geräusch, das weder Bellen noch Jaulen war
Áhorfendurnir heyrðu hljóð sem var ekki gelt eða æp
Ein tiefes Brüllen kam von Buck, als er auf den Mann zustürzte.
Djúpt öskur heyrðist frá Buck er hann þaut í átt að manninum.
Burton riss seinen Arm hoch und rettete nur knapp sein eigenes Leben.
Burton kastaði hendinni upp, og bjargaði naumlega lífi sínu.
Buck prallte gegen ihn und warf ihn flach auf den Boden.
Buck rakst á hann og sló hann flatan á gólfið.
Buck biss tief in den Arm des Mannes und stürzte sich dann auf die Kehle.
Buck beit djúpt í handlegg mannsins og réðst síðan á hálsinn.
Burton konnte den Angriff nur teilweise blocken und sein Hals wurde aufgerissen.
Burton gat aðeins að hluta til varið boltann og hálsinn á honum rifnaði upp.

Männer stürmten mit erhobenen Knüppeln herein und vertrieben Buck von dem blutenden Mann.

Menn þustu inn, lyftu kylfunum og ráku Buck af blóðuga manninum.

Ein Chirurg arbeitete schnell, um den Blutausfluss zu stoppen.

Skurðlæknir vann hratt að því að stöðva blóðflæðið.

Buck ging auf und ab und knurrte, während er immer wieder versuchte anzugreifen.

Buck gekk fram og til baka og urraði, reyndi að ráðast á aftur og aftur.

Nur schwingende Knüppel hielten ihn davon ab, Burton zu erreichen.

Aðeins sveiflukylfur komu í veg fyrir að hann næði Burton.

Eine Bergarbeiterversammlung wurde einberufen und noch vor Ort abgehalten.

Fundur námumanna var boðaður og haldinn á staðnum.

Sie waren sich einig, dass Buck provoziert worden war, und stimmten für seine Freilassung.

Þau voru sammála um að Buck hefði verið ögraður og kusu að láta hann lausan.

Doch Bucks wilder Name hallte nun durch jedes Lager in Alaska.

En heiftarlegt nafn Bucks ómaði nú í öllum búðum Alaska.

Später im Herbst rettete Buck Thornton erneut auf eine neue Art und Weise.

Seinna um haustið bjargaði Buck Thornton aftur á nýjan hátt.

Die drei Männer steuerten ein langes Boot durch wilde Stromschnellen.

Mennirnir þrír voru að stýra löngum bát niður erfiðar flúðir.

Thornton steuerte das Boot und rief Anweisungen zur Küste.

Thornton stýrði bátnum og kallaði til leiðbeiningar að strandlínunni.

Hans und Pete rannten an Land und hielten sich an einem Seil fest, das sie von Baum zu Baum führte.

Hans og Pétur hlupu á landi og héldu í reipi frá tré til trés.

Buck hielt am Ufer Schritt und behielt seinen Herrn immer im Auge.
Buck hélt hraðann við bakkann og vakti alltaf yfir húsbónda sínum.
An einer ungünstigen Stelle ragten Felsen aus dem schnellen Wasser hervor.
Á einum óþægilegum stað stóðu steinar út undan hraða vatninu.
Hans ließ das Seil los und Thornton steuerte das Boot weit.
Hans sleppti reipinu og Thornton stýrði bátnum breitt.
Hans sprintete, um das Boot an den gefährlichen Felsen vorbei wieder zu erreichen.
Hans hljóp til að ná bátnum aftur fram hjá hættulegu klettunum.
Das Boot passierte den Felsvorsprung, geriet jedoch in eine stärkere Strömung.
Báturinn fór yfir brúnina en rakst á sterkari hluta straumsins.
Hans griff zu schnell nach dem Seil und brachte das Boot aus dem Gleichgewicht.
Hans greip of hratt í reipið og dró bátinn úr jafnvægi.
Das Boot kenterte und prallte mit dem Hinterteil nach oben gegen das Ufer.
Báturinn hvolfdi og skall á bakkanum, með botninn upp.
Thornton wurde hinausgeworfen und in den wildesten Teil des Wassers geschwemmt.
Thornton var kastað út og sópað út í villtasta hluta vatnsins.
Kein Schwimmer hätte in diesen tödlichen, reißenden Gewässern überleben können.
Enginn sundmaður hefði getað lifað af í þessu banvæna, kapphlaupandi vatni.
Buck sprang sofort hinein und jagte seinen Herrn den Fluss hinunter.
Buck stökk þegar í stað inn og elti húsbónda sinn niður ána.
Nach dreihundert Metern erreichte er endlich Thornton.
Eftir þrjú hundruð metra kom hann loksins til Thornton.
Thornton packte Buck am Schwanz und Buck drehte sich zum Ufer um.

Thornton greip í hala Bucks og Buck sneri sér að ströndinni.
Er schwamm mit voller Kraft und kämpfte gegen den wilden Sog des Wassers an.
Hann synti af fullum krafti og barðist við villta dragið í vatninu.
Sie bewegten sich schneller flussabwärts, als sie das Ufer erreichen konnten.
Þau færðust hraðar niður á við en þau náðu að ströndinni.
Vor ihnen toste der Fluss immer lauter und stürzte in tödliche Stromschnellen.
Framundan öskraði áin háværara er hún féll í banvænar flúðir.
Felsen schnitten durch das Wasser wie die Zähne eines riesigen Kamms.
Klettar skáru sig í gegnum vatnið eins og tennur á risastórum kambi.
Die Anziehungskraft des Wassers in der Nähe des Tropfens war wild und unausweichlich.
Vatnstogið nálægt dropanum var grimmilegt og óhjákvæmilegt.
Thornton wusste, dass sie das Ufer nie rechtzeitig erreichen würden.
Thornton vissi að þeir gætu aldrei náð ströndinni í tæka tíð.
Er schrammte über einen Felsen, zerschmetterte einen zweiten,
Hann skrapaði yfir einn stein, braut yfir annan,
Und dann prallte er gegen einen dritten Felsen, den er mit beiden Händen festhielt.
Og svo rakst hann á þriðja steininn og greip hann með báðum höndum.
Er ließ Buck los und übertönte das Gebrüll: „Los, Buck! Los!"
Hann sleppti Buck og hrópaði yfir öskurunum: „Farðu, Buck! Farðu!"
Buck konnte sich nicht über Wasser halten und wurde von der Strömung mitgerissen.
Buck gat ekki haldið sér á floti og straumurinn rak hann niður.

Er kämpfte hart und versuchte, sich umzudrehen, kam aber überhaupt nicht voran.
Hann barðist hart, reyndi að snúa við en náði engum árangri.
Dann hörte er, wie Thornton den Befehl über das Tosen des Flusses hinweg wiederholte.
Þá heyrði hann Thornton endurtaka skipunina yfir dynknum í fljótinu.
Buck erhob sich aus dem Wasser und hob den Kopf, als wolle er einen letzten Blick werfen.
Buck reis upp úr vatninu og lyfti höfðinu eins og til að líta í síðasta sinn.
dann drehte er sich um und gehorchte und schwamm entschlossen auf das Ufer zu.
sneri sér síðan við og hlýddi, synti ákveðinn í átt að bakkanum.
Pete und Hans zogen ihn im letzten Moment an Land.
Pétur og Hans drógu hann í land á síðustu mögulegu stundu.
Sie wussten, dass Thornton sich nur noch wenige Minuten am Felsen festklammern konnte.
Þau vissu að Thornton gæti aðeins haldið fast við klettinn í nokkrar mínútur í viðbót.
Sie rannten das Ufer hinauf zu einer Stelle weit oberhalb der Stelle, an der er hing.
Þau hlupu upp bakkann að stað langt fyrir ofan þar sem hann hékk.
Sie befestigten die Bootsleine sorgfältig an Bucks Hals und Schultern.
Þau bundu bátstöngina vandlega við háls og axlir Bucks.
Das Seil saß eng, war aber locker genug zum Atmen und für Bewegung.
Reipið var þétt en nógu laust til að anda og hreyfa sig.
Dann warfen sie ihn erneut in den reißenden, tödlichen Fluss.
Þá köstuðu þeir honum aftur út í straumandi, banvæna ána.
Buck schwamm mutig, verpasste jedoch seinen Winkel in die Kraft des Stroms.

Buck synti djarflega en missti af stefnu sinni inn í kraft straumsins.
Er sah zu spät, dass er an Thornton vorbeiziehen würde.
Hann sá of seint að hann myndi reka fram hjá Thornton.
Hans riss das Seil fest, als wäre Buck ein kenterndes Boot.
Hans kippti í reipið eins og Buck væri að hvolfa bát.
Die Strömung zog ihn nach unten und er verschwand unter der Oberfläche.
Straumurinn dró hann undir yfirborðið og hann hvarf.
Sein Körper schlug gegen das Ufer, bevor Hans und Pete ihn herauszogen.
Lík hans rakst á bankann áður en Hans og Pétur drógu hann upp.
Er war halb ertrunken und sie haben das Wasser aus ihm herausgeprügelt.
Hann var hálfdrukknaður og þeir börðu vatnið úr honum.
Buck stand auf, taumelte und brach erneut auf dem Boden zusammen.
Buck stóð upp, staulaðist og hrundi aftur til jarðar.
Dann hörten sie Thorntons Stimme, die schwach vom Wind getragen wurde.
Þá heyrðu þau rödd Thorntons, dauflega borin af vindinum.
Obwohl die Worte undeutlich waren, wussten sie, dass er dem Tode nahe war.
Þótt orðin væru óljós vissu þau að hann var nærri dauðanum.
Der Klang von Thorntons Stimme traf Buck wie ein elektrischer Schlag.
Rödd Thorntons lenti í Buck eins og rafmagnsskot.
Er sprang auf, rannte das Ufer hinauf und kehrte zum Startpunkt zurück.
Hann stökk upp og hljóp upp bakkann og aftur að uppsetningarstaðnum.
Wieder banden sie Buck das Seil fest und wieder betrat er den Bach.
Aftur bundu þeir reipið við Buck, og aftur fór hann ofan í lækinn.

Diesmal schwamm er direkt und entschlossen in das rauschende Wasser.
Að þessu sinni synti hann beint og ákveðið út í straumvatnið.
Hans ließ das Seil langsam los, während Pete darauf achtete, dass es sich nicht verhedderte.
Hans sleppti reipinu jafnt og þétt á meðan Pétur varði það frá því að flækjast.
Buck schwamm schnell, bis er direkt über Thornton auf einer Linie lag.
Buck synti af krafti þar til hann var kominn í röð rétt fyrir ofan Thornton.
Dann drehte er sich um und raste wie ein Zug mit voller Geschwindigkeit nach unten.
Svo sneri hann sér við og þaut niður eins og lest á fullum hraða.
Thornton sah ihn kommen, machte sich bereit und schlang die Arme um seinen Hals.
Thornton sá hann koma, búinn að sér og faðmaði hann að sér.
Hans band das Seil fest um einen Baum, als beide unter Wasser gezogen wurden.
Hans batt reipið fast utan um tré þegar báðir voru dregnir undir.
Sie stürzten unter Wasser und zerschellten an Felsen und Flusstrümmern.
Þau hrundu undir yfirborðið og skullu á steinum og rusli úr ánni.
In einem Moment war Buck oben, im nächsten erhob sich Thornton keuchend.
Eina stundina var Buck ofan á, þá næstu reis Thornton andstuttur.
Zerschlagen und erstickend steuerten sie auf das Ufer zu und waren in Sicherheit.
Barin og köfnuð beygðu þau að bakkanum og í öruggt skjól.
Thornton erlangte sein Bewusstsein wieder und lag quer über einem Treibholzbaumstamm.
Thornton komst til meðvitundar aftur, liggjandi yfir rekstokki.

Hans und Pete haben hart gearbeitet, um ihm Atem und Leben zurückzugeben.
Hans og Pétur lögðu hart að sér til að hann fengi aftur andann og lífið.

Sein erster Gedanke galt Buck, der regungslos und schlaff dalag.
Fyrsta hugsun hans var til Bucks, sem lá hreyfingarlaus og slappur.

Nig heulte über Bucks Körper und Skeet leckte sanft sein Gesicht.
Nig öskraði yfir líkama Bucks og Skeet sleikti andlit hans blíðlega.

Thornton, wund und verletzt, untersuchte Buck mit vorsichtigen Händen.
Thornton, aumur og marinn, skoðaði Buck varlega með höndunum.

Er stellte fest, dass der Hund drei Rippen gebrochen hatte, jedoch keine tödlichen Wunden aufwies.
Hann fann þrjú brotin rifbein en engin banvæn sár á hundinum.

„Damit ist die Sache geklärt", sagte Thornton. „Wir zelten hier." Und das taten sie.
„Það er málið," sagði Thornton. „Við tjöldum hér." Og það gerðu þau.

Sie blieben, bis Bucks Rippen verheilt waren und er wieder laufen konnte.
Þau dvöldu þar til rifbein Bucks voru gróin og hann gat gengið aftur.

In diesem Winter vollbrachte Buck eine Leistung, die seinen Ruhm noch weiter steigerte.
Þann vetur vann Buck afrek sem jók frægð hans enn frekar.

Es war weniger heroisch als Thornton zu retten, aber genauso beeindruckend.
Það var minna hetjulegt en að bjarga Thornton, en alveg jafn áhrifamikið.

In Dawson benötigten die Partner Vorräte für eine weite Reise.
Í Dawson þurftu félagarnir vistir fyrir langferð.
Sie wollten nach Osten reisen, in unberührte Wildnisgebiete.
Þau vildu ferðast austur, inn í ósnortnar óbyggðir.
Bucks Tat im Eldorado Saloon machte diese Reise möglich.
Verknaður Bucks í Eldorado Saloon gerði þá ferð mögulega.
Es begann damit, dass Männer bei einem Drink mit ihren Hunden prahlten.
Þetta byrjaði með því að menn stærðu sig af hundunum sínum yfir drykkjum.
Bucks Ruhm machte ihn zur Zielscheibe von Herausforderungen und Zweifeln.
Frægð Bucks gerði hann að skotspónni áskorana og efasemda.
Thornton blieb stolz und ruhig und verteidigte Bucks Namen standhaft.
Thornton, stoltur og rólegur, stóð staðfastur í að varða nafn Bucks.
Ein Mann sagte, sein Hund könne problemlos zweihundertsechsunddreißig kg ziehen.
Einn maður sagði að hundurinn hans gæti dregið fimm hundruð pund með auðveldum hætti.
Ein anderer sagte sechshundert und ein dritter prahlte mit siebenhundert.
Annar sagði sex hundruð og sá þriðji stærði sig af sjö hundruð.
„Pfft!", sagte John Thornton, „Buck kann einen fünfhundert kg schweren Schlitten ziehen."
„Pfft!" sagði John Thornton, „Buck getur dregið þúsund punda sleða."
Matthewson, ein Bonanza-König, beugte sich vor und forderte ihn heraus.
Matthewson, Bonanza-konungur, hallaði sér fram og ögraði honum.
„Glauben Sie, er kann so viel Gewicht in Bewegung setzen?"

„Heldurðu að hann geti sett svona mikla þyngd í hreyfingu?"
„Und Sie glauben, er kann das Gewicht volle hundert Meter weit ziehen?"
„Og þú heldur að hann geti dregið þungann heil hundrað metra?"
Thornton antwortete kühl: „Ja. Buck ist Hund genug, um das zu tun."
Thornton svaraði rólega: „Já. Buck er nógu hundfús til að gera það."
„Er wird tausend Pfund in Bewegung setzen und es hundert Meter weit ziehen."
„Hann setur þúsund pund í gang og dregur það hundrað metra."
Matthewson lächelte langsam und stellte sicher, dass alle Männer seine Worte hörten.
Matthewson brosti hægt og gætti þess að allir menn heyrðu orð hans.
„Ich habe tausend Dollar, die sagen, dass er es nicht kann. Da ist es."
„Ég er með þúsund dollara sem segja að hann geti það ekki. Þarna eru þeir."
Er knallte einen Sack Goldstaub von der Größe einer Wurst auf die Theke.
Hann skellti poka af gulldufti á stærð við pylsu á barnum.
Niemand sagte ein Wort. Die Stille um sic herum wurde drückend und angespannt.
Enginn sagði orð. Þögnin varð þung og spennt í kringum þau.
Thorntons Bluff – wenn es denn einer war – war ernst genommen worden.
Blekking Thorntons – ef hún var einföld – hafði verið tekin alvarlega.
Er spürte, wie ihm die Hitze im Gesicht aufstieg und das Blut in seine Wangen schoss.
Hann fann hita stíga upp í andlitið á meðan blóð streymdi upp í kinnarnar á honum.
In diesem Moment war seine Zunge seiner Vernunft voraus.
Tungan hans hafði farið á undan skynseminni á þeirri stundu.

Er wusste wirklich nicht, ob Buck fünfhundert kg bewegen konnte.
Hann vissi í raun og veru ekki hvort Buck gæti fært þúsund pund.
Eine halbe Tonne! Allein die Größe ließ ihm das Herz schwer werden.
Hálft tonn! Bara stærðin gerði hann þungan um hjartaræturnar.
Er hatte Vertrauen in Bucks Stärke und hielt ihn für fähig.
Hann hafði trú á styrk Bucks og taldi hann hæfan til þess.
Doch einer solchen Herausforderung war er noch nie begegnet, nicht auf diese Art und Weise.
En hann hafði aldrei staðið frammi fyrir þessari áskorun, ekki svona.
Ein Dutzend Männer beobachteten ihn still und warteten darauf, was er tun würde.
Tólf menn horfðu þöglir á hann og biðu spenntir eftir að sjá hvað hann myndi gera.
Er hatte das Geld nicht – Hans und Pete auch nicht.
Hann hafði ekki peningana — hvorki Hans né Pétur.
„Ich habe draußen einen Schlitten", sagte Matthewson kalt und direkt.
„Ég er með sleða úti," sagði Matthewson kalt og beint út.
„Es ist mit zwanzig Säcken zu je fünfzig Pfund beladen, alles Mehl.
„Það er hlaðið tuttugu sekkjum, fimmtíu punda hver, allt úr hveiti."
Lassen Sie sich also jetzt nicht von einem fehlenden Schlitten als Ausrede ausreden", fügte er hinzu.
„Látið því ekki týndan sleða vera afsökun ykkar núna," bætti hann við.
Thornton stand still da. Er wusste nicht, was er sagen sollte.
Thornton stóð þögull. Hann vissi ekki hvaða orð hann ætti að segja.
Er blickte sich die Gesichter an, ohne sie deutlich zu erkennen.

Hann leit í kringum sig á andlitin án þess að sjá þau greinilega.

Er sah aus wie ein Mann, der in Gedanken erstarrt war und versuchte, neu zu starten.

Hann leit út eins og maður fastur í hugsunum sínum, að reyna að byrja upp á nýtt.

Dann sah er Jim O'Brien, einen Freund aus der Mastodon-Zeit.

Þá sá hann Jim O'Brien, vin frá Mastodon-tímanum.

Dieses vertraute Gesicht gab ihm Mut, von dem er nicht wusste, dass er ihn hatte.

Þetta kunnuglega andlit gaf honum hugrekki sem hann vissi ekki að hann hafði.

Er drehte sich um und fragte mit leiser Stimme: „Können Sie mir tausend leihen?"

Hann sneri sér við og spurði lágt: „Geturðu lánað mér þúsund?"

„Sicher", sagte O'Brien und ließ bereits einen schweren Sack neben dem Gold fallen.

„Jú," sagði O'Brien og sleppti þungum poka þegar hann var kominn með gullið.

„Aber ehrlich gesagt, John, ich glaube nicht, dass das Biest das tun kann."

„En satt að segja, John, trúi ég ekki að skepnan geti gert þetta."

Alle im Eldorado Saloon strömten nach draußen, um sich die Veranstaltung anzusehen.

Allir í Eldorado Saloon þustu út til að sjá viðburðinn.

Sie ließen Tische und Getränke zurück und sogar die Spiele wurden unterbrochen.

Þau skildu eftir borð og drykki og jafnvel leikjunum var hætt.

Dealer und Spieler kamen, um das Ende der kühnen Wette mitzuerleben.

Gjafarar og fjárhættuspilarar komu til að vera vitni að lokum hins djarfa veðmáls.

Hunderte versammelten sich auf der vereisten Straße um den Schlitten.

Hundruð söfnuðust saman umhverfis sleðann á ísilögðu götunni.
Matthewsons Schlitten stand mit einer vollen Ladung Mehlsäcke da.
Sleði Matthewsons stóð þar fullur af hveitisekkjum.
Der Schlitten stand stundenlang bei Minustemperaturen.
Sleðinn hafði legið í klukkutíma í frosthörkum.
Die Kufen des Schlittens waren fest am festgetretenen Schnee festgefroren.
Leiðarar sleðans voru frosnir fastir við þjappaðan snjóinn.
Die Männer wetteten zwei zu eins, dass Buck den Schlitten nicht bewegen könne.
Mennirnir buðu upp á tvær líkur á að Buck gæti ekki hreyft sleðann.
Es kam zu einem Streit darüber, was „ausbrechen" eigentlich bedeutet.
Deilur brutust út um hvað „brott út" í raun þýddi.
O'Brien sagte, Thornton solle die festgefrorene Basis des Schlittens lösen.
O'Brien sagði að Thornton ætti að losa frosið botn sleðans.
Buck könnte dann aus einem soliden, bewegungslosen Start „ausbrechen".
Buck gæti þá „brotist út" eftir traustan, hreyfingarlausan upphaf.
Matthewson argumentierte, dass der Hund auch die Läufer befreien müsse.
Matthewson hélt því fram að hundurinn yrði líka að losa hlauparana.
Die Männer, die von der Wette gehört hatten, stimmten Matthewsons Ansicht zu.
Mennirnir, sem höfðu heyrt veðmálið, voru sammála skoðun Matthewsons.
Mit dieser Entscheidung stiegen die Chancen auf drei zu eins gegen Buck.
Með þeirri úrskurði jukust líkurnar á sigri Bucks í þrjá á móti einum.

Niemand trat vor, um die wachsende Drei-zu-eins-Chance auf sich zu nehmen.
Enginn steig fram til að taka á sig vaxandi þrefalda líkurnar.
Kein einziger Mann glaubte, dass Buck diese große Leistung vollbringen könnte.
Enginn maður trúði því að Buck gæti framkvæmt þetta mikla afrek.
Thornton war zu der Wette gedrängt worden, obwohl er voller Zweifel war.
Thornton hafði verið hraðað inn í veðmálið, þungur af efasemdum.
Nun blickte er auf den Schlitten und das zehnköpfige Hundegespann daneben.
Nú horfði hann á sleðann og tíu hunda liðið við hliðina á honum.
Als ich die Realität der Aufgabe sah, erschien sie noch unmöglicher.
Að sjá raunveruleikann í verkefninu gerði það ómögulegra að sjá það.
Matthewson war in diesem Moment voller Stolz und Selbstvertrauen.
Matthewson var fullur stolts og sjálfstrausts á þeirri stundu.
„Drei zu eins!", rief er. „Ich wette noch tausend, Thornton!"
„Þrír á móti einum!" hrópaði hann. „Ég veðja þúsund í viðbót, Thornton!"
Was sagst du dazu?", fügte er laut genug hinzu, dass es alle hören konnten.
„Hvað segirðu?" bætti hann við, nógu hátt til að allir heyrðu.
Thorntons Gesicht zeigte seine Zweifel, aber sein Geist war aufgebläht.
Efasemdir bárust í andliti Thorntons, en andi hans hafði risið.
Dieser Kampfgeist ignorierte alle Widrigkeiten und fürchtete sich überhaupt nicht.
Þessi baráttuandi hunsaði erfiðleika og óttaðist ekkert.
Er forderte Hans und Pete auf, ihr gesamtes Bargeld auf den Tisch zu bringen.

Hann hringdi í Hans og Pétur til að koma með allan peninginn sinn á borðið.

Ihnen blieb nicht mehr viel übrig – insgesamt nur zweihundert Dollar.

Þau áttu lítið eftir — aðeins tvö hundruð dollara samanlagt.

Diese kleine Summe war ihr gesamtes Vermögen in schweren Zeiten.

Þessi litla upphæð var heildarauður þeirra á erfiðum tímum.

Dennoch setzten sie ihr gesamtes Vermögen auf Matthewsons Wette.

Samt lögðu þeir allan auðinn á móti veðmáli Matthewsons.

Das zehnköpfige Hundegespann wurde abgekoppelt und vom Schlitten wegbewegt.

Tíu hunda liðið var losað og færði sig frá sleðanum.

Buck wurde in die Zügel genommen und trug sein vertrautes Geschirr.

Buck var settur í taumana, klæddur í kunnuglegt beisli sitt.

Er hatte die Energie der Menge aufgefangen und die Spannung gespürt.

Hann hafði náð tökum á orku mannfjöldans og fundið fyrir spennunni.

Irgendwie wusste er, dass er etwas für John Thornton tun musste.

Einhvern veginn vissi hann að hann þurfti að gera eitthvað fyrir John Thornton.

Die Leute murmelten voller Bewunderung über die stolze Gestalt des Hundes.

Fólk möglaði af aðdáun yfir stoltri mynd hundsins.

Er war schlank und stark und hatte kein einziges Gramm Fleisch zu viel.

Hann var grannur og sterkur, án nokkurs auka gramms af holdi.

Sein Gesamtgewicht von hundertfünfzig Pfund bestand nur aus Kraft und Ausdauer.

Öll þyngd hans, hundrað og fimmtíu pund, var öll kraftur og þol.

Bucks Fell glänzte wie Seide und strotzte vor Gesundheit und Kraft.
Feldur Bucks glitraði eins og silki, þykkur af heilsu og styrk.
Das Fell an seinem Hals und seinen Schultern schien sich aufzurichten und zu sträuben.
Feldurinn meðfram hálsi hans og öxlum virtist lyftast og fá burst.
Seine Mähne bewegte sich leicht, jedes Haar war voller Energie.
Fax hans hreyfðist lítillega, hvert hár lifandi af mikilli orku hans.
Seine breite Brust und seine starken Beine passten zu seinem schweren, robusten Körperbau.
Breið bringa hans og sterkir fætur pössuðu við þungan og harðan líkama hans.
Unter seinem Mantel spannten sich Muskeln, straff und fest wie geschmiedetes Eisen.
Vöðvar ölduðust undir frakka hans, stífir og fastir eins og bundið járn.
Männer berührten ihn und schworen, er sei gebaut wie eine Stahlmaschine.
Menn snertu hann og sóru við því að hann væri byggður eins og stálvél.
Die Quoten sanken leicht auf zwei zu eins gegen den großen Hund.
Líkurnar lækkuðu lítillega, niður í tvo á móti einum gegn þessum frábæra hundi.
Ein Mann von den Skookum Benches drängte sich stotternd nach vorne.
Maður frá Skookum-bekkjunum ýtti sér áfram, stamandi.
„Gut, Sir! Ich biete achthundert für ihn – vor der Prüfung, Sir!"
„Gott, herra! Ég býð átta hundruð fyrir hann — fyrir prófið, herra!"
„Achthundert, so wie er jetzt dasteht!", beharrte der Mann.
„Átta hundruð, eins og hann stendur núna!" hélt maðurinn áfram.

Thornton trat vor, lächelte und schüttelte ruhig den Kopf.
Thornton steig fram, brosti og hristi höfuðið rólega.
Matthewson schritt schnell mit warnender Stimme und einem Stirnrunzeln ein.
Matthewson steig fljótt inn með viðvörunarrödd og gretti sig.
„Sie müssen Abstand von ihm halten", sagte er. „Geben Sie ihm Raum."
„Þú verður að stíga frá honum," sagði hann. „Gefðu honum svigrúm."
Die Menge verstummte; nur die Spieler boten noch zwei zu eins.
Mannfjöldinn þagnaði; aðeins spilamenn buðu enn upp á tvo á móti einum.
Alle bewunderten Bucks Körperbau, aber die Last schien zu groß.
Allir dáðust að líkamsbyggingu Bucks, en byrðin virtist of þung.
Zwanzig Säcke Mehl – jeder fünfzig Pfund schwer – schienen viel zu viel.
Tuttugu sekkir af hveiti – hver um sig fimmtíu pund að þyngd – virtust alltof mikið.
Niemand war bereit, seinen Geldbeutel zu öffnen und sein Geld zu riskieren.
Enginn var tilbúinn að opna pokann sinn og hætta peningunum sínum.
Thornton kniete neben Buck und nahm seinen Kopf in beide Hände.
Thornton kraup við hlið Bucks og tók um höfuð hans með báðum höndum.
Er drückte seine Wange an Bucks und sprach in sein Ohr.
Hann þrýsti kinn sinni að kinn Bucks og talaði í eyrað á honum.
Es gab jetzt kein spielerisches Schütteln oder geflüsterte liebevolle Beleidigungen.
Nú var enginn leikur um hristing eða hvíslaðar ástúðlegar móðganir.
Er murmelte nur leise: „So sehr du mich liebst, Buck."

Hann muldraði aðeins lágt: „Þó að þú elskar mig, Buck."
Buck stieß ein leises Winseln aus, seine Begierde konnte er kaum zurückhalten.
Buck kveinaði lágt, ákafi hans varla hemill.
Die Zuschauer beobachteten neugierig, wie Spannung in der Luft lag.
Áhorfendurnir horfðu forvitnir á meðan spenna fyllti loftið.
Der Moment fühlte sich fast unwirklich an, wie etwas jenseits der Vernunft.
Augnablikið fannst mér næstum óraunverulegt, eins og eitthvað sem var handan skynsamlegt.
Als Thornton aufstand, nahm Buck sanft seine Hand zwischen die Kiefer.
Þegar Thornton stóð upp tók Buck varlega hönd hans í kjálkana.
Er drückte mit den Zähnen nach unten und ließ dann langsam und sanft los.
Hann þrýsti niður með tönnunum og sleppti svo hægt og varlega.
Es war eine stille Antwort der Liebe, nicht ausgesprochen, aber verstanden.
Þetta var þögul kærleikssvar, ekki talað, heldur skilið.
Thornton trat weit von dem Hund zurück und gab das Signal.
Thornton færði sig langt frá hundinum og gaf merki.
„Jetzt, Buck", sagte er und Buck antwortete mit konzentrierter Ruhe.
„Nú, Buck," sagði hann og Buck svaraði með einbeittri ró.
Buck spannte die Leinen und lockerte sie dann um einige Zentimeter.
Buck herti teinurnar og losaði þær síðan um nokkra sentimetra.
Dies war die Methode, die er gelernt hatte; seine Art, den Schlitten zu zerbrechen.
Þetta var aðferðin sem hann hafði lært; hans leið til að brjóta sleðann.

„Mensch!", rief Thornton mit scharfer Stimme in der schweren Stille.

„Vá!" hrópaði Thornton, röddin skörp í þögninni.

Buck drehte sich nach rechts und stürzte sich mit seinem gesamten Gewicht nach vorn.

Buck sneri sér til hægri og stökk fram af öllum sínum þunga.

Das Spiel verschwand und Bucks gesamte Masse traf die straffen Leinen.

Slakinn hvarf og allur massi Bucks lenti á þröngu slóðunum.

Der Schlitten zitterte und die Kufen machten ein knackendes, knisterndes Geräusch.

Sleðinn skalf og hlaupararnir gáfu frá sér skörp springuhljóð.

„Haw!", befahl Thornton und änderte erneut Bucks Richtung.

„Ha!" skipaði Thornton og breytti stefnu Bucks aftur.

Buck wiederholte die Bewegung und zog diesmal scharf nach links.

Buck endurtók hreyfinguna, að þessu sinni togaði hann skarpt til vinstri.

Das Knacken des Schlittens wurde lauter, die Kufen knackten und verschoben sich.

Sleðinn brakaði hærra, hlaupin smellu og færðust til.

Die schwere Last rutschte leicht seitwärts über den gefrorenen Schnee.

Þunga farminn rann örlítið til hliðar yfir frosna snjóinn.

Der Schlitten hatte sich aus der Umklammerung des eisigen Pfades gelöst!

Sleðinn hafði losnað úr taki ísþöktu slóðarinnar!

Die Männer hielten den Atem an, ohne zu merken, dass sie nicht einmal atmeten.

Mennirnir héldu niðri í sér andanum, án þess að vita að þeir væru ekki einu sinni að anda.

„Jetzt ZIEHEN!", rief Thornton durch die eisige Stille.

„Nú, TOGIÐ!" hrópaði Thornton yfir frosnu þögnina.

Thorntons Befehl klang scharf wie ein Peitschenknall.

Skipun Thorntons ómaði skarpt, eins og svipuhögg.

Buck stürzte sich mit einem heftigen und heftigen Ausfallschritt nach vorne.
Buck kastaði sér fram með hörkulegu og skelfilegu fráfalli.
Sein ganzer Körper war aufgrund der enormen Belastung angespannt und verkrampft.
Allur líkami hans spenntist og krampaðist vegna þessa mikla álags.
Unter seinem Fell spannten sich Muskeln wie lebendig werdende Schlangen.
Vöðvar ölduðust undir feldinum hans eins og höggormar sem lifnuðu við.
Seine breite Brust war tief, der Kopf nach vorne zum Schlitten gestreckt.
Stóri bringan hans var lág, höfuðið teygt fram í átt að sleðanum.
Seine Pfoten bewegten sich blitzschnell und seine Krallen zerschnitten den gefrorenen Boden.
Löppurnar hans hreyfðust eins og elding, klærnar skáru frosna jörðina.
Er kämpfte um jeden Zentimeter Bodenhaftung und hinterließ tiefe Rillen.
Djúpar rásir voru höggnar í baráttunni um hvern einasta sentimetra af gripi.
Der Schlitten schaukelte, zitterte und begann eine langsame, unruhige Bewegung.
Sleðinn vaggaði, skalf og hóf hæga, órólega hreyfingu.
Ein Fuß rutschte aus und ein Mann in der Menge stöhnte laut auf.
Annar fóturinn rann til og maður í mannfjöldanum kveinkaði upphátt.
Dann machte der Schlitten mit einer ruckartigen, heftigen Bewegung einen Satz nach vorne.
Þá kipptist sleðinn áfram með kippandi, hrjúfri hreyfingu.
Es hörte nicht wieder auf – noch einen halben Zoll ... einen Zoll ... zwei Zoll mehr.
Það stoppaði ekki aftur — hálfur tomma ... tomma ... tveir tommur í viðbót.

Die Stöße wurden kleiner, als der Schlitten an Geschwindigkeit zunahm.
Kippirnir urðu minni eftir því sem sleðinn fór að auka hraða.
Bald zog Buck mit sanfter, gleichmäßiger Rollkraft.
Fljótlega fór Buck að toga með mjúkum, jöfnum, rúllandi krafti.
Die Männer schnappten nach Luft und erinnerten sich schließlich wieder daran zu atmen.
Mennirnir drógu andann djúpt og mundu loksins eftir að anda aftur.
Sie hatten nicht bemerkt, dass ihnen vor Ehrfurcht der Atem stockte.
Þau höfðu ekki tekið eftir því að andardráttur þeirra hafði stöðvast í lotningu.
Thornton rannte hinterher und rief kurze, fröhliche Befehle.
Thornton hljóp á eftir og kallaði stuttar, kátar skipanir.
Vor uns lag ein Stapel Brennholz, der die Entfernung markierte.
Framundan var stafli af eldiviði sem markaði fjarlægðina.
Als Buck sich dem Haufen näherte, wurde der Jubel immer lauter.
Þegar Buck nálgaðist hrúguna urðu fagnaðarópin háværari og háværari.
Der Jubel schwoll zu einem Brüllen an, als Buck den Endpunkt passierte.
Fagnaðarlætin urðu að dynk þegar Buck fór fram hjá endapunktinum.
Männer sprangen auf und schrien, sogar Matthewson grinste.
Menn stukku og hrópuðu, jafnvel Matthewson brosti.
Hüte flogen durch die Luft, Fäustlinge wurden gedankenlos und ziellos herumgeworfen.
Hattar flugu upp í loftið, vettlingar voru kastaðir án umhugsunar eða markmiðs.
Männer packten einander und schüttelten sich die Hände, ohne zu wissen, wer es war.

Mennirnir gripu hvor annan og tóku í hendur án þess að vita hverjir.

Die ganze Menge war in wilder, freudiger Stimmung.

Allur mannfjöldinn söng í villtri, gleðilegri fagnaðarlæti.

Thornton fiel mit zitternden Händen neben Buck auf die Knie.

Thornton féll á kné við hlið Bucks með skjálfandi höndum.

Er drückte seinen Kopf an Bucks und schüttelte ihn sanft hin und her.

Hann þrýsti höfði sínu að höfði Bucks og hristi hann varlega fram og til baka.

Diejenigen, die näher kamen, hörten, wie er den Hund mit stiller Liebe verfluchte.

Þeir sem nálguðust heyrðu hann formæla hundinum með kyrrlátri ást.

Er beschimpfte Buck lange – leise, herzlich und emotional.

Hann bölvaði Buck lengi — mjúklega, hlýlega og tilfinningaþrunginn.

„Gut, Sir! Gut, Sir!", rief der König der Skookum-Bank hastig.

„Gott, herra! Gott, herra!" hrópaði Skookum-bekkjarkonungurinn í flýti.

„Ich gebe Ihnen tausend – nein, zwölfhundert – für diesen Hund, Sir!"

„Ég gef þér þúsund – nei, tólf hundruð – fyrir þennan hund, herra!"

Thornton stand langsam auf, seine Augen glänzten vor Emotionen.

Thornton reis hægt á fætur, augun hans ljómuðu af tilfinningu.

Tränen strömten ihm ohne jede Scham über die Wangen.

Tárin runnu opinskátt niður kinnar hans án nokkurrar skammar.

„Sir", sagte er zum König der Skookum-Bank, ruhig und bestimmt

„Herra," sagði hann við konunginn á Skookum-bekknum, stöðugur og ákveðinn.

„Nein, Sir. Sie können zur Hölle fahren, Sir. Das ist meine endgültige Antwort."

„Nei, herra. Þér getið farið til helvítis, herra. Þetta er mitt síðasta svar."

Buck packte Thorntons Hand sanft mit seinen starken Kiefern.

Buck greip varlega í hönd Thorntons með sterkum kjálkum sínum.

Thornton schüttelte ihn spielerisch, ihre Bindung war so tief wie eh und je.

Thornton hristi hann í léttúð, tengsl þeirra voru djúp eins og alltaf.

Die Menge, bewegt von diesem Moment, trat schweigend zurück.

Mannfjöldinn, hrærður af augnablikinu, steig þegjandi til baka.

Von da an wagte es niemand mehr, diese heilige Zuneigung zu unterbrechen.

Þaðan í frá þorði enginn að trufla slíka helga ástúð.

Der Klang des Rufs
Hljóð kallsins

Buck hatte in fünf Minuten Sechzehnhundert Dollar verdient.
Buck hafði grætt sextán hundruð dollara á fimm mínútum.
Mit dem Geld konnte John Thornton einen Teil seiner Schulden begleichen.
Peningarnir gerðu John Thornton kleift að greiða niður hluta af skuldum sínum.
Mit dem restlichen Geld machte er sich mit seinen Partnern auf den Weg nach Osten.
Með afganginn af peningunum hélt hann austur með félögum sínum.
Sie suchten nach einer sagenumwobenen verlorenen Mine, die so alt ist wie das Land selbst.
Þeir leituðu að goðsagnakenndri týndri námum, jafngamalli landinu sjálfu.
Viele Männer hatten nach der Mine gesucht, aber nur wenige hatten sie je gefunden.
Margir menn höfðu leitað að námunni en fáir fundu hana.
Während der gefährlichen Suche waren nicht wenige Männer verschwunden.
Fleiri en nokkrir menn höfðu horfið á meðan á hættulegri leit stóð.
Diese verlorene Mine war sowohl in Geheimnisse als auch in eine alte Tragödie gehüllt.
Þessi týnda náma var bæði vafin leyndardómum og gamalli harmleik.
Niemand wusste, wer der erste Mann war, der die Mine entdeckt hatte.
Enginn vissi hver hafði verið fyrstur til að finna námuna.
In den ältesten Geschichten wird niemand namentlich erwähnt.
Í elstu sögunum er enginn nefndur á nafn.
Dort hatte immer eine alte, baufällige Hütte gestanden.
Þar hafði alltaf verið gamalt, hrörlegt kofi.

Sterbende Männer hatten geschworen, dass sich neben dieser alten Hütte eine Mine befand.
Deyjandi menn höfðu svarið að það væri náma við hliðina á þessari gömlu kofa.
Sie bewiesen ihre Geschichten mit Gold, wie es nirgendwo sonst zu finden ist.
Þeir sönnuðu sögur sínar með gulli sem ekkert finnst annars staðar.
Keine lebende Seele hatte den Schatz von diesem Ort jemals geplündert.
Engin lifandi sál hafði nokkurn tímann rænt fjársjóðnum þaðan.
Die Toten waren tot, und Tote erzählen keine Geschichten.
Hinir dánu voru dauðir, og dauðir menn segja engar sögur.
Also machten sich Thornton und seine Freunde auf den Weg in den Osten.
Svo héldu Thornton og vinir hans austur á bóginn.
Pete und Hans kamen mit Buck und sechs starken Hunden.
Pétur og Hans slógu í för, ásamt Buck og sex sterkum hundum.
Sie begaben sich auf einen unbekannten Weg, an dem andere gescheitert waren.
Þau lögðu af stað óþekkta slóð þar sem öðrum hafði mistekist.
Sie rodelten siebzig Meilen den zugefrorenen Yukon River hinauf.
Þau óku sjötíu mílur upp frosna Yukon-fljótið.
Sie bogen links ab und folgten dem Pfad bis zum Stewart.
Þau beygðu til vinstri og fylgdu slóðinni inn í Stewart-ána.
Sie passierten Mayo und McQuestion und drängten weiter.
Þau héldu fram hjá Mayo og McQuestion og héldu lengra áfram.
Der Stewart schrumpfte zu einem Strom, der sich durch zerklüftete Gipfel schlängelte.
Stewart-áin minnkaði í læk, sem lá eftir hvössum tindum.
Diese scharfen Gipfel markierten das Rückgrat des Kontinents.
Þessir hvassu tindar markaði sjálfan hrygg álfunnar.

John Thornton verlangte wenig von den Menschen oder der Wildnis.
John Thornton krafðist lítils af mönnum eða óbyggðum.
Er fürchtete nichts in der Natur und begegnete der Wildnis mit Leichtigkeit.
Hann óttaðist ekkert í náttúrunni og tókst á við óbyggðirnar af léttleika.
Nur mit Salz und einem Gewehr konnte er reisen, wohin er wollte.
Með aðeins salti og riffli gat hann ferðast hvert sem hann vildi.
Wie die Eingeborenen jagte er auf seiner Reise nach Nahrung.
Eins og innfæddir veiddi hann mat á ferðalögum sínum.
Wenn er nichts fing, machte er weiter und vertraute auf sein Glück.
Ef hann fékk ekkert, hélt hann áfram og treysti á heppnina.
Auf dieser langen Reise war Fleisch die Hauptnahrungsquelle.
Í þessari löngu ferð var kjöt aðalátið þeirra.
Der Schlitten enthielt Werkzeuge und Munition, jedoch keinen strengen Zeitplan.
Sleðinn var með verkfæri og skotfæri, en engin ströng tímaáætlun.
Buck liebte dieses Herumwandern, die endlose Jagd und das Fischen.
Buck elskaði þessa flakk; endalausu veiðarnar og fiskveiðarnar.
Wochenlang waren sie Tag für Tag unterwegs.
Í vikur voru þau á ferð, dag eftir dag.
Manchmal schlugen sie Lager auf und blieben wochenlang dort.
Öðrum sinnum settu þeir upp tjaldbúðir og dvöldu kyrr í margar vikur.
Die Hunde ruhten sich aus, während die Männer im gefrorenen Dreck gruben.
Hundarnir hvíldu sig á meðan mennirnir grófu í gegnum frosna mold.

Sie erwärmten Pfannen über dem Feuer und suchten nach verborgenem Gold.
Þau hituðu pönnur yfir eldum og leituðu að földu gulli.
An manchen Tagen hungerten sie, an anderen feierten sie Feste.
Suma daga sveltu þau og aðra daga héldu þau veislur.
Ihre Mahlzeiten hingen vom Wild und vom Jagdglück ab.
Matur þeirra var háður veiðinni og heppni veiðarinnar.
Als der Sommer kam, trugen Männer und Hunde schwere Lasten auf ihren Rücken.
Þegar sumarið kom báru menn og hundar farmi á bakinu.
Sie fuhren mit dem Floß über blaue Seen, die in Bergwäldern versteckt waren.
Þau sigldu yfir blá vötn sem voru falin í fjallaskógum.
Sie segelten in schmalen Booten auf Flüssen, die noch nie von Menschen kartiert worden waren.
Þeir sigldu mjóum bátum á ám sem enginn maður hafði nokkurn tímann kortlagt.
Diese Boote wurden aus Bäumen gebaut, die sie in der Wildnis gesägt haben.
Þessir bátar voru smíðaðir úr trjám sem þeir saguðu í náttúrunni.

Die Monate vergingen und sie schlängelten sich durch die wilden, unbekannten Länder.
Mánuðirnir liðu og þeir þyrptust um óbyggð óþekkt lönd.
Es waren keine Männer dort, doch alte Spuren deuteten darauf hin, dass Männer dort gewesen waren.
Þar voru engir menn, en gömul ummerki bentu til þess að menn hefðu verið þar.
Wenn die verlorene Hütte echt war, dann waren einst andere hier entlang gekommen.
Ef Týnda kofann var raunveruleg, þá höfðu aðrir einu sinni komið þessa leið.
Sie überquerten hohe Pässe bei Schneestürmen, sogar im Sommer.
Þeir fóru yfir há slóðir í snjóbyljum, jafnvel á sumrin.

Sie zitterten unter der Mitternachtssonne auf kahlen Berghängen.
Þau skjálfuðu undir miðnætursólinni á berum fjallshlíðunum.
Zwischen der Baumgrenze und den Schneefeldern stiegen sie langsam auf.
Milli trjálínunnar og snjóbreiðanna klifruðu þau hægt.
In warmen Tälern schlugen sie nach Schwärmen aus Mücken und Fliegen.
Í hlýjum dölum börðu þeir á ský af mýi og flugum.
Sie pflückten süße Beeren in der Nähe von Gletschern in voller Sommerblüte.
Þau tíndu sæt ber nálægt jöklum í fullum sumarblóma.
Die Blumen, die sie fanden, waren genauso schön wie die im Süden.
Blómin sem þau fundu voru jafn falleg og þau sem eru á Suðurlandi.
Im Herbst erreichten sie eine einsame Region voller stiller Seen.
Um haustið komust þau að einmanalegu svæði fullu af kyrrlátum vötnum.
Das Land war traurig und leer, einst voller Vögel und Tiere.
Landið var dapurlegt og tómt, eitt sinn fullt af fuglum og dýrum.
Jetzt gab es kein Leben mehr, nur noch den Wind und das Eis, das sich in Pfützen bildete.
Nú var ekkert líf, bara vindurinn og ísinn sem myndaðist í pollum.
Mit einem sanften, traurigen Geräusch schlugen die Wellen gegen die leeren Ufer.
Bylgjur skullu á tómum ströndum með mjúkum, dapurlegum hljóði.

Ein weiterer Winter kam und sie folgten erneut schwachen, alten Spuren.
Annar vetur kom og þau fylgdu aftur óljósum, gömlum slóðum.

Dies waren die Spuren von Männern, die schon lange vor ihnen gesucht hatten.
Þetta voru slóðir manna sem höfðu leitað löngu á undan þeim.
Einmal fanden sie einen Pfad, der tief in den dunklen Wald hineinreichte.
Einu sinni fundu þau slóð sem var höggvin djúpt inn í dimman skóg.
Es war ein alter Pfad und sie hatten das Gefühl, dass die verlorene Hütte ganz in der Nähe war.
Þetta var gömul slóð og þeim fannst týnda kofann vera nálægt.
Doch die Spur führte nirgendwo hin und verlor sich im dichten Wald.
En slóðin lá hvergi og hvarf inn í þéttan skóg.
Wer auch immer die Spur angelegt hat und warum, das wusste niemand.
Hver sem gerði slóðina, og hvers vegna, vissi enginn.
Später fanden sie das Wrack einer Hütte, versteckt zwischen den Bäumen.
Seinna fundu þeir flak af skála falið meðal trjánna.
Verrottende Decken lagen verstreut dort, wo einst jemand geschlafen hatte.
Rotnandi teppi lágu dreifð þar sem einhver hafði eitt sinn sofið.
John Thornton fand darin ein Steinschlossgewehr mit langem Lauf.
John Thornton fann flintlás með löngu hlaupi grafinn inni í honum.
Er wusste, dass es sich um eine Waffe von Hudson Bay aus den frühen Handelstagen handelte.
Hann vissi að þetta var fallbyssa frá Hudsonflóa frá fyrstu viðskiptadögum.
Damals wurden solche Gewehre gegen Stapel von Biberfellen eingetauscht.
Á þeim tíma voru slíkar byssur skipt fyrir stafla af beverskinnum.

Das war alles – von dem Mann, der die Hütte gebaut hatte, gab es keine Spur mehr.
Þetta var allt og sumt — engin vísbending var eftir um manninn sem byggði skálann.

Der Frühling kam wieder und sie fanden keine Spur von der verlorenen Hütte.
Vorið kom aftur og þau fundu engin merki um Týnda kofann.
Stattdessen fanden sie ein breites Tal mit einem seichten Bach.
Í staðinn fundu þeir breiðan dal með grunnum læk.
Gold lag wie glatte, gelbe Butter auf dem Pfannenboden.
Gull lá á botninum á pönnunni eins og slétt, gult smjör.
Sie hielten dort an und suchten nicht weiter nach der Hütte.
Þar námu þau staðar og leituðu ekki lengra að kofanum.
Jeden Tag arbeiteten sie und fanden Tausende in Goldstaub.
Á hverjum degi unnu þau og fundu þúsundir í gulldufti.
Sie packten das Gold in Säcke aus Elchhaut, jeder Fünfzig Pfund schwer.
Þeir pökkuðu gullinu í poka úr elgshúð, fimmtíu pund hver.
Die Säcke waren wie Brennholz vor ihrer kleinen Hütte gestapelt.
Pokarnir voru staflaðir eins og eldiviður fyrir utan litla kofann þeirra.
Sie arbeiteten wie Giganten und die Tage vergingen wie im Flug.
Þau unnu eins og risar og dagarnir liðu eins og fljótir draumar.
Sie häuften Schätze an, während die endlosen Tage schnell vorbeizogen.
Þau söfnuðu fjársjóðum á meðan endalausir dagar liðu hratt hjá.
Außer ab und zu Fleisch zu schleppen, gab es für die Hunde nicht viel zu tun.
Hundarnir höfðu lítið að gera nema að draga kjöt af og til.
Thornton jagte und tötete das Wild, und Buck lag am Feuer.
Thornton veiddi og drap villibráðina, og Buck lá við eldinn.

Er verbrachte viele Stunden schweigend, versunken in Gedanken und Erinnerungen.
Hann eyddi löngum stundum í þögn, sokkinn í hugsanir og minningar.
Das Bild des haarigen Mannes kam Buck immer häufiger in den Sinn.
Myndin af loðna manninum kom oftar upp í huga Bucks.
Jetzt, wo es kaum noch Arbeit gab, träumte Buck, während er ins Feuer blinzelte.
Nú þegar vinnan var af skornum skammti, dreymdi Buck á meðan hann blikkaði augunum við eldinn.
In diesen Träumen wanderte Buck mit dem Mann in eine andere Welt.
Í þessum draumum reikaði Buck með manninum um annan heim.
Angst schien das stärkste Gefühl in dieser fernen Welt zu sein.
Ótti virtist sterkasta tilfinningin í þeim fjarlæga heimi.
Buck sah, wie der haarige Mann mit gesenktem Kopf schlief.
Buck sá loðna manninn sofa með höfuðið niðurbeygt.
Seine Hände waren gefaltet und sein Schlaf war unruhig und unterbrochen.
Hendur hans voru krepptar og svefninn var órólegur og truflaður.
Er wachte immer ruckartig auf und starrte ängstlich in die Dunkelheit.
Hann vaknaði vanur að kippast við og stara hræddur út í myrkrið.
Dann warf er mehr Holz ins Feuer, um die Flamme hell zu halten.
Svo kastaði hann meiri við á eldinn til að halda loganum björtum.
Manchmal spazierten sie an einem Strand entlang, der an einem grauen, endlosen Meer entlangführte.
Stundum gengu þau meðfram strönd við gráan, endalausan sjó.

Der haarige Mann sammelte Schalentiere und aß sie im Gehen.
Loðni maðurinn tíndi skelfisk og át hann á göngu sinni.
Seine Augen suchten immer nach verborgenen Gefahren in den Schatten.
Augu hans leituðu stöðugt að földum hættum í skuggunum.
Seine Beine waren immer bereit, beim ersten Anzeichen einer Bedrohung loszusprinten.
Fætur hans voru alltaf tilbúnir til að spretta við fyrstu ógnarmerki.
Sie schlichen still und vorsichtig Seite an Seite durch den Wald.
Þau læddust gegnum skóginn, þögul og varkár, hlið við hlið.
Buck folgte ihm auf den Fersen und beide blieben wachsam.
Buck fylgdi á eftir honum og þeir voru báðir vakandi.
Ihre Ohren zuckten und bewegten sich, ihre Nasen schnüffelten in der Luft.
Eyrun þeirra kipptust og hreyfðust, nef þeirra þefuðu út í loftið.
Der Mann konnte den Wald genauso gut hören und riechen wie Buck.
Maðurinn heyrði og lyktaði skógarins jafn skarpt og Buck.
Der haarige Mann schwang sich mit plötzlicher Geschwindigkeit durch die Bäume.
Loðni maðurinn sveiflaðist gegnum trén með skyndilegum hraða.
Er sprang von Ast zu Ast, ohne jemals den Halt zu verlieren.
Hann stökk af grein í grein og missti aldrei takið.
Er bewegte sich über dem Boden genauso schnell wie auf ihm.
Hann hreyfði sig jafn hratt yfir jörðinni og hann gerði á henni.
Buck erinnerte sich an lange Nächte, in denen er unter den Bäumen Wache hielt.
Buck minntist langra nætur undir trjánum, þar sem hann hélt vörð.
Der Mann schlief auf seiner Stange in den Zweigen und klammerte sich fest.

Maðurinn svaf í greinunum, klamraði sér fast um þau.
Diese Vision des haarigen Mannes war eng mit dem tiefen Ruf verbunden.
Þessi sýn af loðna manninum var nátengd djúpu kallinu.
Der Ruf klang noch immer mit eindringlicher Kraft durch den Wald.
Kallið hljómaði enn um skóginn með ásæknum krafti.
Der Anruf erfüllte Buck mit Sehnsucht und einem rastlosen Gefühl der Freude.
Símtalið fyllti Buck löngun og eirðarlausri gleði.
Er spürte seltsame Triebe und Regungen, die er nicht benennen konnte.
Hann fann fyrir undarlegum löngunum og tilfinningum sem hann gat ekki nefnt.
Manchmal folgte er dem Ruf tief in die Stille des Waldes.
Stundum fylgdi hann kallinu djúpt inn í kyrrláta skóginn.
Er suchte nach dem Ruf und bellte dabei leise oder scharf.
Hann leitaði að kölluninni, gelti lágt eða hvasst á leiðinni.
Er roch am Moos und der schwarzen Erde, wo die Gräser wuchsen.
Hann þefaði af mosanum og svörtu moldinni þar sem grasið óx.
Er schnaubte entzückt über den reichen Geruch der tiefen Erde.
Hann fnösti af ánægju við ríkulega ilminn af djúpi jarðarinnar.
Er hockte stundenlang hinter pilzbefallenen Baumstämmen.
Hann kraup í marga klukkutíma á bak við stofna sem voru þaktir sveppum.
Er blieb still und lauschte mit großen Augen jedem noch so kleinen Geräusch.
Hann stóð grafkyrr og hlustaði með stórum augum á hvert einasta hljóð.
Vielleicht hoffte er, das Wesen, das den Ruf auslöste, zu überraschen.
Hann kann að hafa vonast til að koma því sem kallaði á óvart.
Er wusste nicht, warum er so handelte – er tat es einfach.

Hann vissi ekki hvers vegna hann hagaði sér svona — hann einfaldlega gerði það.

Die Triebe kamen aus der Tiefe, jenseits von Denken und Vernunft.

Þráin kom djúpt að innan, handan við hugsun eða skynsemi.

Unwiderstehliche Triebe überkamen Buck ohne Vorwarnung oder Grund.

Ómótstæðilegar hvatir greipu Buck án viðvörunar eða ástæðu.

Manchmal döste er träge im Lager in der Mittagshitze.

Stundum blundaði hann rólega í tjaldbúðunum í hádegishitanum.

Plötzlich hob er den Kopf und stellte aufmerksam die Ohren auf.

Skyndilega lyftist höfuðið og eyrun skjóta upp, vakandi.

Dann sprang er auf und stürmte ohne Pause in die Wildnis.

Þá stökk hann á fætur og þaut út í óbyggðirnar án þess að stoppa.

Er rannte stundenlang durch Waldwege und offene Flächen.

Hann hljóp í marga klukkutíma um skógarstíga og opnar svæði.

Er liebte es, trockenen Bachläufen zu folgen und Vögel in den Bäumen zu beobachten.

Hann elskaði að fylgja þurrum lækjarfarvegum og njósna um fugla í trjánum.

Er könnte den ganzen Tag versteckt liegen und den Rebhühnern beim Herumstolzieren zusehen.

Hann gæti legið í felum allan daginn og horft á gröfturnar spóka sig um.

Sie trommelten und marschierten, ohne Bucks Anwesenheit zu bemerken.

Þau trommuðu og gengu, ómeðvituð um nærveru Bucks.

Doch am meisten liebte er das Laufen in der Sommerdämmerung.

En það sem hann elskaði mest var að hlaupa í rökkrinu á sumrin.

Das schwache Licht und die schläfrigen Waldgeräusche erfüllten ihn mit Freude.

Dauft ljós og syfjandi skógarhljóð fylltu hann gleði.
Er las die Zeichen des Waldes so deutlich, wie ein Mann ein Buch liest.
Hann las merkin í skóginum eins skýrt og maður les bók.
Und er suchte immer nach dem seltsamen Ding, das ihn rief.
Og hann leitaði alltaf að því undarlega sem kallaði á hann.
Dieser Ruf hörte nie auf – er erreichte ihn im Wachzustand und im Schlaf.
Þetta kall hætti aldrei — það náði til hans hvort sem hann var vakandi eða sofandi.

Eines Nachts erwachte er mit einem Ruck, die Augen waren scharf und die Ohren gespitzt.
Eina nóttina vaknaði hann með hryllingi, augun hvöss og eyrun hátt.
Seine Nasenlöcher zuckten, während seine Mähne in Wellen sträubte.
Nös hans kipptust til þegar fax hans stóð eins og öldur.
Aus der Tiefe des Waldes ertönte erneut der alte Ruf.
Djúpt úr skóginum barst hljóðið aftur, gamla kallið.
Diesmal war der Ton klar und deutlich zu hören, ein langes, eindringliches, vertrautes Heulen.
Að þessu sinni ómaði hljóðið greinilega, langt, ásækið og kunnuglegt úlf.
Es klang wie der Schrei eines Huskys, aber mit einem seltsamen und wilden Ton.
Það var eins og óp husky-hunds, en undarlegur og villtur í röddu.
Buck erkannte das Geräusch sofort – er hatte das genaue Geräusch vor langer Zeit gehört.
Buck þekkti hljóðið strax — hann hafði heyrt nákvæmlega þetta hljóð fyrir löngu síðan.
Er sprang durch das Lager und verschwand schnell im Wald.
Hann stökk í gegnum tjaldstæðið og hvarf snögglega inn í skóginn.
Als er sich dem Geräusch näherte, wurde er langsamer und bewegte sich vorsichtig.

Þegar hann nálgaðist hljóðið hægði hann á sér og hreyfði sig varlega.
Bald erreichte er eine Lichtung zwischen dichten Kiefern.
Fljótlega kom hann að rjóðri milli þéttra furutrjáa.
Dort saß aufrecht auf seinen Hinterbeinen ein großer, schlanker Timberwolf.
Þar, uppréttur á hækjum sér, sat hár, grannur skógarúlfur.
Die Nase des Wolfes zeigte zum Himmel und hallte noch immer den Ruf wider.
Trýni úlfsins benti til himins, enn að enduróma kallið.
Buck hatte keinen Laut von sich gegeben, doch der Wolf blieb stehen und lauschte.
Buck hafði ekki gefið frá sér hljóð, en samt stoppaði úlfurinn og hlustaði.
Der Wolf spürte etwas, spannte sich an und suchte die Dunkelheit ab.
Úlfurinn fann eitthvað, spenntist upp og leitaði í myrkrinu.
Buck schlich ins Blickfeld, mit gebeugtem Körper und ruhigen Füßen auf dem Boden.
Buck læddist í sjóinn, líkami lágt, fæturnir kyrrir á jörðinni.
Sein Schwanz war gerade, sein Körper vor Anspannung zusammengerollt.
Halinn hans var beinn, líkami hans þéttvaxinn af spennu.
Er zeigte sowohl eine bedrohliche als auch eine Art raue Freundschaft.
Hann sýndi bæði ógn og eins konar grófa vináttu.
Es war die vorsichtige Begrüßung, die wilde Tiere einander entgegenbrachten.
Þetta var varkár kveðja sem villidýr deildu.
Aber der Wolf drehte sich um und floh, sobald er Buck sah.
En úlfurinn sneri sér við og flúði um leið og hann sá Buck.
Buck nahm die Verfolgung auf und sprang wild um sich, begierig darauf, es einzuholen.
Buck elti hann, stökk villt, ákafur að ná honum.
Er folgte dem Wolf in einen trockenen Bach, der durch einen Holzstau blockiert war.

Hann fylgdi úlfinum inn í þurran læk sem var stíflaður af skógarþröskuldi.
In die Enge getrieben, wirbelte der Wolf herum und blieb stehen.
Í horni snéri úlfurinn sér við og stóð fast á sínu.
Der Wolf knurrte und schnappte wie ein gefangener Husky im Kampf.
Úlfurinn urraði og skein eins og fastur huskyhundur í slagsmálum.
Die Zähne des Wolfes klickten schnell, sein Körper strotzte vor wilder Wut.
Tennur úlfsins smelltu hratt, líkami hans stirðnaði af villtri reiði.
Buck griff nicht an, sondern umkreiste den Wolf mit vorsichtiger Freundlichkeit.
Buck réðst ekki á heldur gekk í kringum úlfinn af varkárri vinsemd.
Durch langsame, harmlose Bewegungen versuchte er, seine Flucht zu verhindern.
Hann reyndi að koma í veg fyrir flótta sinn með hægum, skaðlausum hreyfingum.
Der Wolf war vorsichtig und verängstigt – Buck war dreimal so schwer wie er.
Úlfurinn var varkár og hræddur — Buck var þrisvar sinnum sterkari en hann.
Der Kopf des Wolfes reichte kaum bis zu Bucks massiver Schulter.
Höfuð úlfsins náði varla upp að stórum öxl Bucks.
Der Wolf hielt Ausschau nach einer Lücke, rannte los und die Jagd begann von neuem.
Úlfurinn leitaði að gati, hljóp á brott og eftirförin hófst á ný.
Buck drängte ihn mehrere Male in die Enge und der Tanz wiederholte sich.
Nokkrum sinnum þrýsti Buck honum í horn og dansinn endurtók sig.
Der Wolf war dünn und schwach, sonst hätte Buck ihn nicht fangen können.

Úlfurinn var magur og veikburða, annars hefði Buck ekki getað gripið hann.

Jedes Mal, wenn Buck näher kam, wirbelte der Wolf herum und sah ihn voller Angst an.

Í hvert sinn sem Buck nálgaðist sneri úlfurinn sér við og horfði á hann í ótta.

Dann rannte er bei der ersten Gelegenheit erneut in den Wald.

Svo við fyrsta tækifæri hljóp hann aftur út í skóginn.

Aber Buck gab nicht auf und schließlich fasste der Wolf Vertrauen zu ihm.

En Buck gafst ekki upp og að lokum fór úlfurinn að treysta honum.

Er schnüffelte an Bucks Nase und die beiden wurden verspielt und aufmerksam.

Hann þefaði af nefi Bucks og þeir tveir urðu léttlyndir og vakandi.

Sie spielten wie wilde Tiere, wild und doch schüchtern in ihrer Freude.

Þau léku sér eins og villidýr, grimm en feimin í gleði sinni.

Nach einer Weile trabte der Wolf zielstrebig und ruhig davon.

Eftir smá stund skokkaði úlfurinn af stað með rólegum ásetningi.

Er machte Buck deutlich, dass er beabsichtigte, verfolgt zu werden.

Hann sýndi Buck greinilega að hann ætlaði sér að vera elti.

Sie rannten Seite an Seite durch die Dämmerung.

Þau hlupu hlið við hlið gegnum dimman sólsetur.

Sie folgten dem Bachbett hinauf in die felsige Schlucht.

Þau fylgdu lækjarfarveginum upp í grýtta gljúfrið.

Sie überquerten eine kalte Wasserscheide, wo der Bach entsprungen war.

Þau fóru yfir kalda kjörgjá þar sem straumurinn hafði byrjað.

Am gegenüberliegenden Hang fanden sie ausgedehnte Wälder und viele Bäche.

Á fjær hlíðinni fundu þeir víðáttumikinn skóg og margar læki.

Durch dieses weite Land rannten sie stundenlang ohne Pause.
Um þetta víðáttumikla land hlupu þau klukkustundum saman án þess að stoppa.
Die Sonne stieg höher, die Luft wurde wärmer, aber sie rannten weiter.
Sólin reis hærra, loftið hlýnaði, en þau hlupu áfram.
Buck war voller Freude – er wusste, dass er seiner Berufung folgte.
Buck var fullur gleði — hann vissi að hann var að svara kalli sínu.
Er rannte neben seinem Waldbruder her, näher an die Quelle des Rufs.
Hann hljóp við hlið skógarbróður síns, nær upptökum kallsins.
Alte Gefühle kehrten zurück, stark und schwer zu ignorieren.
Gamlar tilfinningar komu aftur, sterkar og erfitt að hunsa.
Dies waren die Wahrheiten hinter den Erinnerungen aus seinen Träumen.
Þetta voru sannleikarnir á bak við minningarnar úr draumum hans.
All dies hatte er schon einmal in einer fernen, schattenhaften Welt getan.
Hann hafði gert allt þetta áður í fjarlægum og skuggalegum heimi.
Jetzt tat er es wieder und rannte wild herum, während der Himmel über ihm frei war.
Nú gerði hann þetta aftur, hljóp villt út um opinn himininn fyrir ofan.
Sie hielten an einem Bach an, um aus dem kalten, fließenden Wasser zu trinken.
Þau stöðvuðust við læk til að drekka úr köldu, rennandi vatninu.
Während er trank, erinnerte sich Buck plötzlich an John Thornton.
Þegar hann drakk mundi Buck skyndilega eftir John Thornton.

Er saß schweigend da, hin- und hergerissen zwischen der Anziehungskraft der Loyalität und der Berufung.
Hann settist niður þögull, klofinn í sundur af togi hollustunnar og köllunarinnar.
Der Wolf trabte weiter, kam aber zurück, um Buck anzutreiben.
Úlfurinn trakk áfram en kom aftur til að hvetja Buck áfram.
Er rümpfte die Nase und versuchte, ihn mit sanften Gesten zu beruhigen.
Hann þefaði á nefinu og reyndi að lokka hann með mjúkum bendingum.
Aber Buck drehte sich um und machte sich auf den Rückweg.
En Buck sneri sér við og hélt áfram sömu leið og hann kom.
Der Wolf lief lange Zeit neben ihm her und winselte leise.
Úlfurinn hljóp við hlið hans lengi og kveinaði lágt.
Dann setzte er sich hin, hob die Nase und stieß ein langes Heulen aus.
Svo settist hann niður, lyfti nefinu og kveinaði langt.
Es war ein trauriger Schrei, der leiser wurde, als Buck wegging.
Það var dapurlegt grát, sem mildaðist er Buck gekk í burtu.
Buck lauschte, als der Schrei langsam in der Stille des Waldes verklang.
Buck hlustaði á meðan ópið hvarf hægt og rólega í þögn skógarins.
John Thornton aß gerade zu Abend, als Buck ins Lager stürmte.
John Thornton var að borða kvöldmat þegar Buck ruddist inn í tjaldbúðirnar.
Buck sprang wild auf ihn zu, leckte, biss und warf ihn um.
Buck stökk á hann eins og villtur maður, sleikti hann, beit og velti honum um koll.
Er warf ihn um, kletterte darauf und küsste sein Gesicht.
Hann velti honum um koll, klifraði ofan á hann og kyssti hann á andlitið.

Thornton nannte dies liebevoll „den allgemeinen Narren spielen".
Thornton kallaði þetta að „leika almennan fífl" af ástúð.
Die ganze Zeit verfluchte er Buck sanft und schüttelte ihn hin und her.
Allan tímann formælti hann Buck blíðlega og hristi hann fram og til baka.
Zwei ganze Tage und Nächte lang verließ Buck das Lager kein einziges Mal.
Í tvo heila daga og nætur yfirgaf Buck aldrei búðirnar.
Er blieb in Thorntons Nähe und ließ ihn nie aus den Augen.
Hann hélt sig nálægt Thornton og lét hann aldrei úr augsýn.
Er folgte ihm bei der Arbeit und beobachtete ihn beim Essen.
Hann fylgdi honum á meðan hann vann og horfði á hann á meðan hann borðaði.
Er begleitete Thornton abends in seine Decken und jeden Morgen wieder heraus.
Hann sá Thornton ofan í teppi sín á kvöldin og úti á hverjum morgni.
Doch bald kehrte der Ruf des Waldes zurück, lauter als je zuvor.
En fljótlega kom skógarkallið aftur, háværara en nokkru sinni fyrr.
Buck wurde wieder unruhig, aufgewühlt von Gedanken an den wilden Wolf.
Buck varð órólegur aftur, hrærður við hugsanir um villta úlfinn.
Er erinnerte sich an das offene Land und daran, wie sie Seite an Seite gelaufen waren.
Hann mundi eftir opna landinu og því að hlaupa hlið við hlið.
Er begann erneut, allein und wachsam in den Wald zu wandern.
Hann byrjaði að reika inn í skóginn á ný, einn og vakandi.
Aber der wilde Bruder kam nicht zurück und das Heulen war nicht zu hören.
En villibróðurinn sneri ekki aftur og úlfurinn heyrðist ekki.

Buck begann, draußen zu schlafen und blieb tagelang weg.
Buck byrjaði að sofa úti og var fjarri í marga daga í senn.
Einmal überquerte er die hohe Wasserscheide, wo der Bach entsprungen war.
Einu sinni fór hann yfir háa kjörsvæðið þar sem lækurinn hafði byrjað.
Er betrat das Land des dunklen Waldes und der breiten, fließenden Ströme.
Hann gekk inn í land dökkra viðarins og breiðra, rennandi lækja.
Eine Woche lang streifte er umher und suchte nach Spuren seines wilden Bruders.
Í heila viku flakkaði hann um, leitandi að merkjum um villta bróðurinn.
Er tötete sein eigenes Fleisch und reiste mit langen, unermüdlichen Schritten.
Hann slátraði sínu eigin kjöti og ferðaðist löngum, óþreytandi skrefum.
Er fischte in einem breiten Fluss, der bis ins Meer reichte, nach Lachs.
Hann veiddi lax í breiðri á sem rann til sjávar.
Dort kämpfte er gegen einen von Insekten verrückt gewordenen Schwarzbären und tötete ihn.
Þar barðist hann við svartan björn sem var orðinn brjálaður af skordýrum og drap hann.
Der Bär war beim Angeln und rannte blind durch die Bäume.
Björninn hafði verið að veiða og hljóp blint gegnum trén.
Der Kampf war erbittert und weckte Bucks tiefen Kampfgeist.
Bardaginn var hörð og vakti djúpan baráttuanda Bucks.
Als Buck zwei Tage später zurückkam, fand er Vielfraße an seiner Beute vor.
Tveimur dögum síðar kom Buck aftur og fann jarfa við bráð sína.
Ein Dutzend von ihnen stritten sich lautstark und wütend um das Fleisch.

Tylft þeirra rifust um kjötið í hávaðasömum reiði.
Buck griff an und zerstreute sie wie Blätter im Wind.
Buck réðst á og dreifði þeim eins og laufum í vindinum.
Zwei Wölfe blieben zurück – still, leblos und für immer regungslos.
Tveir úlfar urðu eftir — þöglir, líflausir og hreyfingarlausir að eilífu.
Der Blutdurst wurde stärker denn je.
Blóðþorstinn varð sterkari en nokkru sinni fyrr.
Buck war ein Jäger, ein Killer, der sich von Lebewesen ernährte.
Buck var veiðimaður, morðingi, sem nærist á lifandi verum.
Er überlebte allein und verließ sich auf seine Kraft und seine scharfen Sinne.
Hann lifði af einn, treystandi á styrk sinn og skarpa skynsemi.
Er gedieh in der Wildnis, wo nur die Zähesten überleben konnten.
Hann dafnaði í náttúrunni, þar sem aðeins þeir hörðustu gátu lifað.
Daraus erwuchs ein großer Stolz, der Bucks ganzes Wesen erfüllte.
Upp frá þessu reis upp mikill stoltur og fyllti alla veru Bucks.
Sein Stolz war in jedem seiner Schritte und in der Anspannung jedes einzelnen Muskels zu erkennen.
Stolt hans birtist í hverju skrefi hans, í öldunni í hverjum vöðva.
Sein Stolz war so deutlich wie seine Sprache und spiegelte sich in seiner Haltung wider.
Stolt hans var eins skýrt og mál, sást á því hvernig hann bar sig.
Sogar sein dickes Fell sah majestätischer aus und glänzte heller.
Jafnvel þykkur feldurinn hans leit tignarlegri út og glóði bjartara.
Man hätte Buck mit einem riesigen Timberwolf verwechseln können.
Buck gæti hafa verið ruglaður saman við risavaxinn skógarúlf.

Außer dem Braun an seiner Schnauze und den Flecken über seinen Augen.
Nema hvað hann er brúnn á trýninu og blettir fyrir ofan augun.

Und der weiße Fellstreifen, der mitten auf seiner Brust verlief.
Og hvíta loðröndin sem lá niður eftir miðjum bringu hans.

Er war sogar größer als der größte Wolf dieser wilden Rasse.
Hann var jafnvel stærri en stærsti úlfurinn af þessari grimmdu kynstofni.

Sein Vater, ein Bernhardiner, verlieh ihm Größe und einen schweren Körperbau.
Faðir hans, sem var Bernharðshundur, gaf honum stærð og þungan líkama.

Seine Mutter, eine Schäferin, formte diesen Körper zu einer wolfsähnlichen Gestalt.
Móðir hans, sem var fjárhirðir, mótaði þennan massa í úlfslíka mynd.

Er hatte die lange Schnauze eines Wolfes, war allerdings schwerer und breiter.
Hann hafði langan trýni eins og úlfur, þótt hann væri þyngri og breiðari.

Sein Kopf war der eines Wolfes, aber von massiver, majestätischer Gestalt.
Höfuð hans var úlfs, en smíðað í gríðarlegum og tignarlegum mæli.

Bucks List war die List des Wolfes und der Wildnis.
Slægð Bucks var slægð úlfsins og villidýranna.

Seine Intelligenz hat er sowohl vom Deutschen Schäferhund als auch vom Bernhardiner.
Greind hans kom bæði frá þýska fjárhundinum og Sankti Bernharði.

All dies und harte Erfahrungen machten ihn zu einer furchterregenden Kreatur.
Allt þetta, ásamt erfiðri reynslu, gerði hann að ógnvekjandi veru.

Er war so furchterregend wie jedes andere Tier, das in der Wildnis des Nordens umherstreifte.
Hann var jafn ógnvekjandi og hvaða dýr sem reikaði um norðurlöndin.
Buck ernährte sich ausschließlich von Fleisch und erreichte den Höhepunkt seiner Kraft.
Buck lifði eingöngu á kjöti og náði hámarki styrks síns.
Jede Faser seines Körpers strotzte vor Kraft und männlicher Stärke.
Hann barst yfir af krafti og karlmannlegum krafti í hverjum einasta trefja af sér.
Als Thornton seinen Rücken streichelte, funkelten seine Haare vor Energie.
Þegar Thornton strauk honum um bakið glitruðu hárin af orku.
Jedes Haar knisterte, aufgeladen durch die Berührung lebendigen Magnetismus.
Hvert hár sprakkaði, hlaðið snertingu lifandi segulmagnaðs.
Sein Körper und sein Gehirn waren auf die höchstmögliche Tonhöhe eingestellt.
Líkami hans og heili voru stillt á besta mögulega tónhæð.
Jeder Nerv, jede Faser und jeder Muskel arbeitete in perfekter Harmonie.
Sérhver taug, þráður og vöðvi störfuðu í fullkominni samhljóm.
Auf jedes Geräusch oder jeden Anblick, der eine Aktion erforderte, reagierte er sofort.
Við hverju hljóði eða sjón sem þurfti að bregðast við, brást hann samstundis við.
Wenn ein Husky zum Angriff ansetzte, konnte Buck doppelt so schnell springen.
Ef husky-hundur stökk til árásar, gæti Buck stokkið tvöfalt hraðar.
Er reagierte schneller, als andere es sehen oder hören konnten.
Hann brást hraðar við en aðrir gátu jafnvel séð eða heyrt.

Wahrnehmung, Entscheidung und Handlung erfolgten alle in einem fließenden Moment.
Skynjun, ákvörðun og aðgerð komu allt í einni fljótandi augnabliki.
Tatsächlich geschahen diese Handlungen getrennt voneinander, aber zu schnell, um es zu bemerken.
Í raun voru þessar athafnir aðskildar en of fljótar til að taka eftir þeim.
Die Abstände zwischen diesen Akten waren so kurz, dass sie wie ein einziger Akt wirkten.
Svo stutt voru bilin á milli þessara athafna að þau virtust vera ein heild.
Seine Muskeln und sein Körper waren wie straff gespannte Federn.
Vöðvar hans og vera voru eins og þéttvaxnir gormar.
Sein Körper strotzte vor Leben, wild und freudig in seiner Kraft.
Líkami hans iðaði af lífi, villtur og gleðilegur í krafti sínum.
Manchmal hatte er das Gefühl, als würde die Kraft völlig aus ihm herausbrechen.
Stundum fannst honum eins og krafturinn myndi springa úr honum alveg.
„So einen Hund hat es noch nie gegeben", sagte Thornton eines ruhigen Tages.
„Aldrei hefur slíkur hundur verið til," sagði Thornton einn kyrrlátan dag.
Die Partner sahen zu, wie Buck stolz aus dem Lager schritt.
Félagarnir horfðu á Buck ganga stoltur út úr búðunum.
„Als er erschaffen wurde, veränderte er, was ein Hund sein kann", sagte Pete.
„Þegar hann varð til breytti hann því hvernig hundur getur verið," sagði Pete.
„Bei Gott! Das glaube ich auch", stimmte Hans schnell zu.
„Við Jesú! Ég held það sjálfur," samþykkti Hans fljótt.
Sie sahen ihn abmarschieren, aber nicht die Veränderung, die danach kam.
Þau sáu hann ganga burt, en ekki breytinguna sem kom á eftir.

Sobald er den Wald betrat, verwandelte sich Buck völlig.
Um leið og hann kom inn í skóginn umbreytist Buck gjörsamlega.
Er marschierte nicht mehr, sondern bewegte sich wie ein wilder Geist zwischen den Bäumen.
Hann gekk ekki lengur, heldur færði sig eins og villtur draugur meðal trjánna.
Er wurde still, katzenpfotenartig, ein Flackern, das durch die Schatten huschte.
Hann þagnaði, eins og köttur, eins og blikur sem leið gegnum skuggana.
Er nutzte die Deckung geschickt und kroch wie eine Schlange auf dem Bauch.
Hann notaði skjól af list og skreið á maganum eins og snákur.
Und wie eine Schlange konnte er lautlos nach vorne springen und zuschlagen.
Og eins og snákur gat hann stokkið fram og höggvið í þögn.
Er könnte ein Schneehuhn direkt aus seinem versteckten Nest stehlen.
Hann gæti stolið rjúpu beint úr földu hreiðri hennar.
Er tötete schlafende Kaninchen, ohne ein einziges Geräusch zu machen.
Hann drap sofandi kanínur án þess að gefa eitt einasta hljóð.
Er konnte Streifenhörnchen mitten in der Luft fangen, wenn sie zu langsam flohen.
Hann gat gripið íkorna í loftinu þar sem þeir flúðu of hægt.
Selbst Fische in Teichen konnten seinen plötzlichen Angriffen nicht entkommen.
Jafnvel fiskar í pollum gátu ekki sloppið við skyndileg áföll hans.
Nicht einmal schlaue Biber, die Dämme reparierten, waren vor ihm sicher.
Ekki einu sinni klárir bebrar sem voru að gera við stíflur voru óhultir fyrir honum.
Er tötete, um Nahrung zu bekommen, nicht zum Spaß – aber seine eigene Beute gefiel ihm am besten.

Hann drap sér til matar, ekki til gamans — en hafði mest gaman af sínum eigin drápum.

Dennoch war bei manchen seiner stillen Jagden ein hintergründiger Humor spürbar.

Samt sem áður var lúmskur húmor í gegnum sumar af þöglu veiðum hans.

Er schlich sich dicht an Eichhörnchen heran, ließ sie aber dann entkommen.

Hann læddist nærri íkornum, bara til að láta þá sleppa.

Sie wollten in die Bäume fliehen und schnatterten voller Angst und Empörung.

Þau ætluðu að flýja til trjánna, spjallandi af óttafullri reiði.

Mit dem Herbst kamen immer mehr Elche.

Þegar haustið skall á fóru elgir að birtast í auknum mæli.

Sie zogen langsam in die tiefer gelegenen Täler, um dem Winter entgegenzukommen.

Þau færðu sig hægt og rólega niður í lágu dalina til að takast á við veturinn.

Buck hatte bereits ein junges, streunendes Kalb erlegt.

Buck hafði þegar fellt einn ungan, týndan kálf.

Doch er sehnte sich danach, einer größeren, gefährlicheren Beute gegenüberzutreten.

En hann þráði að horfast í augu við stærri og hættulegri bráð.

Eines Tages fand er an der Wasserscheide, an der Quelle des Baches, seine Chance.

Dag einn á kjörstaðnum, við upptök lækjarins, fann hann tækifærið sitt.

Eine Herde von zwanzig Elchen war aus bewaldeten Gebieten herübergekommen.

Tuttugu elghjörð hafði komið yfir frá skógi vöxnum löndum.

Unter ihnen war ein mächtiger Stier, der Anführer der Gruppe.

Meðal þeirra var voldugur naut; leiðtogi hópsins.

Der Bulle war über ein Meter achtzig Meter groß und sah grimmig und wild aus.

Nautið var meira en sex fet á hæð og leit grimmilega og villt út.

Er warf sein breites Geweih hin und her, dessen vierzehn Enden sich nach außen verzweigten.
Hann kastaði breiðum hornum sínum, fjórtán oddar greinóttu út á við.
Die Spitzen dieser Geweihe hatten einen Durchmesser von sieben Fuß.
Endar þessara horna teygðust sjö fet í þvermál.
Seine kleinen Augen brannten vor Wut, als er Buck in der Nähe entdeckte.
Lítil augu hans brunnu af reiði þegar hann sá Buck þar nærri.
Er stieß ein wütendes Brüllen aus und zitterte vor Wut und Schmerz.
Hann lét frá sér æpandi öskur, skjálfandi af reiði og sársauka.
Nahe seiner Flanke ragte eine gefiederte und scharfe Pfeilspitze hervor.
Örvaroddur stóð út við hliðina á honum, fjaðurvaxinn og hvöss.
Diese Wunde trug dazu bei, seine wilde, verbitterte Stimmung zu erklären.
Þetta sár hjálpaði til við að útskýra grimmilega og bitra skapsveiflu hans.
Buck, geleitet von seinem uralten Jagdinstinkt, machte seinen Zug.
Buck, leiddur af fornum veiðieðlishvötum, gerði sína ráðstöfun.
Sein Ziel war es, den Bullen vom Rest der Herde zu trennen.
Hann stefndi að því að aðgreina nautið frá restinni af hjörðinni.
Dies war keine leichte Aufgabe – es erforderte Schnelligkeit und messerscharfe List.
Þetta var ekki auðvelt verk — það krafðist hraða og mikillar slægðar.
Er bellte und tanzte in der Nähe des Stiers, gerade außerhalb seiner Reichweite.
Hann gelti og dansaði nálægt nautinu, rétt utan seilingar.
Der Elch stürzte sich mit riesigen Hufen und tödlichem Geweih auf ihn.

Elgurinn stökk fram með risavaxnum hófum og banvænum hornum.

Ein Schlag hätte Bucks Leben im Handumdrehen beenden können.

Eitt högg hefði getað eyðilagt líf Bucks á augabragði.

Der Stier konnte die Bedrohung nicht hinter sich lassen und wurde wütend.

Ófær um að yfirgefa ógnina varð nautið brjálað.

Er stürmte wütend auf ihn zu, doch Buck entkam ihm jedes Mal.

Hann réðst á í reiði, en Buck laumaðist alltaf undan.

Buck täuschte Schwäche vor und lockte ihn weiter von der Herde weg.

Buck lét eins og hann væri veikburða og lokkaði hann lengra frá hjörðinni.

Doch die jungen Bullen wollten zurückstürmen, um den Anführer zu beschützen.

En ungir nautgripir ætluðu að sækja til baka til að vernda leiðtogann.

Sie zwangen Buck zum Rückzug und den Bullen, sich wieder der Gruppe anzuschließen.

Þeir neyddu Buck til að hörfa og nautið til að sameinast hópnum aftur.

In der Wildnis herrscht eine tiefe und unaufhaltsame Geduld.

Það er þolinmæði í óbyggðunum, djúp og óstöðvandi.

Eine Spinne wartet unzählige Stunden bewegungslos in ihrem Netz.

Könguló bíður hreyfingarlaus í vef sínum í óteljandi klukkustundir.

Eine Schlange rollt sich ohne zu zucken zusammen und wartet, bis es Zeit ist.

Snákur snýr sér án þess að kippast og bíður þangað til tíminn er kominn.

Ein Panther liegt auf der Lauer, bis der Moment gekommen ist.

Panter liggur í fyrirsát þar til augnablikið rennur upp.

Dies ist die Geduld von Raubtieren, die jagen, um zu überleben.
Þetta er þolinmæði rándýra sem veiða til að lifa af.
Dieselbe Geduld brannte in Buck, als er in seiner Nähe blieb.
Sama þolinmæði brann innra með Buck þegar hann var nálægt.
Er blieb in der Nähe der Herde, verlangsamte ihren Marsch und schürte Angst.
Hann hélt sig nálægt hjörðinni, hægði á göngu hennar og vakti ótta.
Er ärgerte die jungen Bullen und schikanierte die Mutterkühe.
Hann stríddi ungu nautin og áreitti kýrnar.
Er trieb den verwundeten Stier in eine noch tiefere, hilflose Wut.
Hann rak særða nautið út í dýpri og hjálparvana reiði.
Einen halben Tag lang zog sich der Kampf ohne Pause hin.
Í hálfan dag dróst baráttan áfram án þess að nokkur hvíld fengi sér.
Buck griff aus jedem Winkel an, schnell und wild wie der Wind.
Buck réðst á úr öllum áttum, hratt og grimmur eins og vindurinn.
Er hinderte den Stier daran, sich auszuruhen oder sich bei seiner Herde zu verstecken.
Hann kom í veg fyrir að nautið hvíldi sig eða feli sig með hjörð sinni.
Buck zermürbte den Willen des Elchs schneller als seinen Körper.
Buck þreytti vilja elgsins hraðar en líkami hans.
Der Tag verging und die Sonne sank tief am nordwestlichen Himmel.
Dagurinn leið og sólin sökk lágt á norðvesturhimninum.
Die jungen Bullen kehrten langsamer zurück, um ihrem Anführer zu helfen.

Ungu nautarnir sneru hægar aftur til að hjálpa leiðtoganum sínum.
Die Herbstnächte waren zurückgekehrt und die Dunkelheit dauerte nun sechs Stunden.
Haustnæturnar voru komnar aftur og myrkrið varði nú í sex klukkustundir.
Der Winter drängte sie bergab in sicherere, wärmere Täler.
Veturinn var að þrýsta þeim niður á við, niður í öruggari og hlýrri dali.
Aber sie konnten dem Jäger, der sie zurückhielt, immer noch nicht entkommen.
En samt gátu þeir ekki flúið veiðimanninn sem hélt þeim til baka.
Es stand nur ein Leben auf dem Spiel – nicht das der Herde, sondern nur das ihres Anführers.
Aðeins eitt líf var í húfi — ekki líf hjarðarinnar, bara líf leiðtogans.
Dadurch wurde die Bedrohung in weite Ferne gerückt und ihre dringende Sorge wurde aufgehoben.
Það gerði ógnina fjarlæga en ekki brýna áhyggjuefni þeirra.
Mit der Zeit akzeptierten sie diesen Preis und überließen Buck die Übernahme des alten Bullen.
Með tímanum samþykktu þeir þennan kostnað og létu Buck taka við gamla nautinu.
Als die Dämmerung hereinbrach, stand der alte Bulle mit gesenktem Kopf da.
Þegar rökkrið skall á stóð gamli nautinn með höfuðið niður.
Er sah zu, wie die Herde, die er geführt hatte, im schwindenden Licht verschwand.
Hann horfði á hjörðina, sem hann hafði leitt, hverfa í dvínandi ljósinu.
Es gab Kühe, die er gekannt hatte, Kälber, deren Vater er einst gewesen war.
Þar voru kýr sem hann hafði þekkt, kálfar sem hann hafði eitt sinn eignast.
Es gab jüngere Bullen, gegen die er in vergangenen Saisons gekämpft und die er beherrscht hatte.

Það voru yngri naut sem hann hafði barist við og stjórnað fyrri tímabil.

Er konnte ihnen nicht folgen, denn vor ihm kauerte Buck wieder.

Hann gat ekki fylgt þeim — því að fyrir framan hann kraup Buck aftur.

Der gnadenlose Schrecken mit den Reißzähnen versperrte ihm jeden Weg.

Hin miskunnarlausa, vígtennta ótti lokaði fyrir allar leiðir sem hann gæti farið.

Der Bulle brachte mehr als drei Zentner geballte Kraft auf die Waage.

Nautið vó meira en þrjú hundruð pund af þéttri afli.

Er hatte ein langes Leben geführt und in einer Welt voller Kämpfe hart gekämpft.

Hann hafði lifað lengi og barist hart í heimi baráttunnar.

Doch nun, am Ende, kam der Tod von einem Tier, das weit unter ihm stand.

En nú, að lokum, kom dauðinn frá skepnu langt fyrir neðar honum.

Bucks Kopf erreichte nicht einmal die riesigen, mit Knöcheln besetzten Knie des Bullen.

Höfuð Bucks náði ekki einu sinni upp að risavaxnum, hnjánum á nautinu.

Von diesem Moment an blieb Buck Tag und Nacht bei dem Bullen.

Frá þeirri stundu var Buck hjá nautinu dag og nótt.

Er gönnte ihm keine Ruhe, erlaubte ihm nie zu grasen oder zu trinken.

Hann gaf honum aldrei hvíld, leyfði honum aldrei að beita mat eða drekka.

Der Stier versuchte, junge Birkentriebe und Weidenblätter zu fressen.

Nautið reyndi að éta unga birkisprota og víðilauf.

Aber Buck verjagte ihn, immer wachsam und immer angreifend.

En Buck rak hann í burtu, alltaf vakandi og alltaf að ráðast á.

Sogar an plätschernden Bächen blockte Buck jeden durstigen Versuch ab.
Jafnvel við síandi læki kom Buck í veg fyrir allar þyrstar tilraunir.

Manchmal floh der Stier aus Verzweiflung mit voller Geschwindigkeit.
Stundum, í örvæntingu, flúði nautið á fullum hraða.

Buck ließ ihn laufen und lief ruhig direkt hinter ihm her, nie weit entfernt.
Buck lét hann hlaupa, skokkaði rólega rétt á eftir honum, aldrei langt í burtu.

Als der Elch innehielt, legte sich Buck hin, blieb aber bereit.
Þegar elgurinn nam staðar lagðist Buck niður en var reiðubúinn.

Wenn der Bulle versuchte zu fressen oder zu trinken, schlug Buck mit voller Wut zu.
Ef nautið reyndi að borða eða drekka, þá sló Buck til af allri sinni heift.

Der große Kopf des Stiers sank tiefer unter sein gewaltiges Geweih.
Stóri höfuð nautsins laut lægra undir víðáttumiklum hornunum.

Sein Tempo verlangsamte sich, der Trab wurde schwerfällig, ein stolpernder Schritt.
Hann hægði á sér, skokkið varð þungt; stamandi skref.

Er stand oft still mit hängenden Ohren und der Nase am Boden.
Hann stóð oft kyrr með niðurbeygð eyru og nefið niður að jörðinni.

In diesen Momenten nahm sich Buck Zeit zum Trinken und Ausruhen.
Á þessum stundum gaf Buck sér tíma til að drekka og hvíla sig.

Mit heraushängender Zunge und starrem Blick spürte Buck, wie sich das Land veränderte.
Með tunguna úti, augun föst, fann Buck að landið var að breytast.

Er spürte, wie sich etwas Neues durch den Wald und den Himmel bewegte.
Hann fann eitthvað nýtt hreyfast um skóginn og himininn.
Mit der Rückkehr der Elche kehrten auch andere Wildtiere zurück.
Þegar elgarnir komu aftur, gerðu aðrar dýr úr náttúrunni það líka.
Das Land fühlte sich lebendig an, mit einer Präsenz, die man nicht sieht, aber deutlich wahrnimmt.
Landið fannst lifandi með nærveru, óséð en sterklega þekkt.
Buck wusste dies weder am Geräusch, noch am Anblick oder am Geruch.
Það var hvorki með hljóði, sjón né lykt sem Buck vissi þetta.
Ein tieferes Gefühl sagte ihm, dass neue Kräfte im Gange waren.
Dýpri tilfinning sagði honum að nýir kraftar væru á ferðinni.
In den Wäldern und entlang der Bäche herrschte seltsames Leben.
Undarlegt líf hrærðist í skóginum og meðfram lækjunum.
Er beschloss, diesen Geist zu erforschen, nachdem die Jagd beendet war.
Hann ákvað að kanna þennan anda eftir að veiðinni væri lokið.
Am vierten Tag erlegte Buck endlich den Elch.
Á fjórða degi náði Buck loksins að fella elginn.
Er blieb einen ganzen Tag und eine ganze Nacht bei der Beute, fraß und ruhte sich aus.
Hann dvaldi við drápsveininn allan daginn og nóttina, át og hvíldi sig.
Er aß, schlief dann und aß dann wieder, bis er stark und satt war.
Hann át, svaf svo og át svo aftur, þar til hann var orðinn sterkur og saddur.
Als er fertig war, kehrte er zum Lager und nach Thornton zurück.
Þegar hann var tilbúinn sneri hann sér aftur í átt að tjaldbúðunum og Thornton.

Mit gleichmäßigem Tempo begann er die lange Heimreise.
Með jöfnum hraða hóf hann hina löngu heimferð.
Er rannte in seinem unermüdlichen Galopp Stunde um Stunde, ohne auch nur ein einziges Mal vom Weg abzukommen.
Hann hljóp óþreytandi, klukkustund eftir klukkustund, án þess að villast eitt einasta sinn.
Durch unbekannte Länder bewegte er sich schnurgerade wie eine Kompassnadel.
Um óþekkt lönd ferðaðist hann eins og áttavita.
Sein Orientierungssinn ließ Mensch und Karte im Vergleich schwach erscheinen.
Stefnuskyn hans lét mann og kort virðast veik í samanburði.
Während Buck rannte, spürte er die Bewegung in der Wildnis stärker.
Þegar Buck hljóp, fann hann enn sterkar fyrir óróanum í óbyggðunum.
Es war eine neue Art zu leben, anders als in den ruhigen Sommermonaten.
Þetta var ný tegund lífs, ólíkt því sem var á kyrrlátu sumarmánuðunum.
Dieses Gefühl kam nicht länger als subtile oder entfernte Botschaft.
Þessi tilfinning kom ekki lengur sem lúmsk eða fjarlæg skilaboð.
Nun sprachen die Vögel von diesem Leben und Eichhörnchen plapperten darüber.
Nú töluðu fuglarnir um þetta líf og íkornarnir spjölluðu um það.
Sogar die Brise flüsterte Warnungen durch die stillen Bäume.
Jafnvel gola hvíslaði viðvörunum í gegnum þöglu trén.
Mehrmals blieb er stehen und schnupperte die frische Morgenluft.
Nokkrum sinnum stoppaði hann og innsveigði ferska morgunloftið.

Dort las er eine Nachricht, die ihn schneller nach vorne springen ließ.
Hann las þar skilaboð sem fengu hann til að stökkva hraðar áfram.
Ein starkes Gefühl der Gefahr erfüllte ihn, als wäre etwas schiefgelaufen.
Þung hættutilfinning fyllti hann, eins og eitthvað hefði farið úrskeiðis.
Er befürchtete, dass ein Unglück bevorstünde – oder bereits eingetreten war.
Hann óttaðist að ógæfa væri í nánd – eða væri þegar komin.
Er überquerte den letzten Bergrücken und betrat das darunterliegende Tal.
Hann fór yfir síðasta hrygginn og inn í dalinn fyrir neðan.
Er bewegte sich langsamer und war bei jedem Schritt aufmerksamer und vorsichtiger.
Hann gekk hægar, varkárari og varkárari með hverju skrefi.
Drei Meilen weiter fand er eine frische Spur, die ihn erstarren ließ.
Þremur mílum í burtu fann hann nýja slóð sem stirðnaði upp í honum.
Die Haare in seinem Nacken stellten sich auf und sträubten sich vor Schreck.
Hárið á hálsi hans rigndi og þyrptist af ótta.
Die Spur führte direkt zum Lager, wo Thornton wartete.
Göngustígurinn lá beint að tjaldbúðunum þar sem Thornton beið.
Buck bewegte sich jetzt schneller, seine Schritte waren lautlos und schnell zugleich.
Buck hreyfði sig hraðar nú, skref hans bæði hljóðlát og hröð.
Seine Nerven lagen blank, als er Zeichen las, die andere übersehen würden.
Taugar hans hertust þegar hann las merki um að aðrir myndu missa af.
Jedes Detail der Spur erzählte eine Geschichte – außer dem letzten Stück.
Hvert smáatriði í slóðinni sagði sögu — nema síðasti hlutinn.

Seine Nase erzählte ihm von dem Leben, das hier vorbeigezogen war.
Nefið hans sagði honum frá lífinu sem hafði liðið á þennan hátt.
Der Duft vermittelte ihm ein wechselndes Bild, als er dicht hinter ihm folgte.
Ilmurinn gaf honum breytilega mynd er hann fylgdi fast á eftir.
Doch im Wald selbst war es still geworden, unnatürlich still.
En skógurinn sjálfur hafði orðið hljótt; óeðlilega kyrrlátur.
Die Vögel waren verschwunden, die Eichhörnchen hatten sich versteckt, waren still und ruhig.
Fuglar voru horfnir, íkornar voru faldir, þöglir og kyrrlátir.
Er sah nur ein einziges Grauhörnchen, das flach auf einem toten Baum lag.
Hann sá aðeins eina gráa íkorna, flata á dauðu tré.
Das Eichhörnchen fügte sich steif und reglos in den Wald ein.
Íkorninn blandaðist við, stífur og hreyfingarlaus eins og hluti af skóginum.
Buck bewegte sich wie ein Schatten, lautlos und sicher durch die Bäume.
Buck hreyfði sig eins og skuggi, þögull og öruggur milli trjánna.
Seine Nase zuckte zur Seite, als würde sie von einer unsichtbaren Hand gezogen.
Nef hans kipptist til hliðar eins og ósýnileg hönd hefði togað í hann.
Er drehte sich um und folgte der neuen Spur tief in ein Dickicht hinein.
Hann sneri sér við og fylgdi nýja lyktinni djúpt inn í runnann.
Dort fand er Nig tot daliegend, von einem Pfeil durchbohrt.
Þar fann hann Nig, liggjandi látinn, stunginn í gegn af ör.
Der Schaft durchdrang seinen Körper, die Federn waren noch zu sehen.
Skaftið fór í gegnum líkama hans, fjaðrirnar enn sjáanlegar.

Nig hatte sich dorthin geschleppt, war jedoch gestorben, bevor er Hilfe erreichen konnte.
Nig hafði dregið sig þangað en lést áður en hann náði til hjálpar.
Hundert Meter weiter fand Buck einen weiteren Schlittenhund.
Hundrað metrum lengra fann Buck annan sleðahund.
Es war ein Hund, den Thornton in Dawson City gekauft hatte.
Þetta var hundur sem Thornton hafði keypt heima í Dawson City.
Der Hund befand sich in einem tödlichen Kampf und schlug heftig auf dem Weg um sich.
Hundurinn var í dauðabaráttu, þrýstist hart á slóðina.
Buck ging um ihn herum, blieb nicht stehen und richtete den Blick nach vorne.
Buck gekk fram hjá honum, stoppaði ekki, augun beint fram fyrir sig.
Aus Richtung des Lagers ertönte in der Ferne ein rhythmischer Gesang.
Frá búðunum barst fjarlægur, taktfastur söngur.
Die Stimmen schwoll in einem seltsamen, unheimlichen Singsangton an und ab.
Raddir hækkaði og lækkaði í undarlegum, óhugnanlegum, syngjandi tón.
Buck kroch schweigend zum Rand der Lichtung.
Buck skreið þegjandi fram að brún skógarins.
Dort sah er Hans mit dem Gesicht nach unten liegen, von vielen Pfeilen durchbohrt.
Þar sá hann Hans liggja á grúfu, stunginn af mörgum örvum.
Sein Körper sah aus wie der eines Stachelschweins und war mit gefiederten Schäften bestückt.
Líkami hans leit út eins og broddgeltur, þöktur fjaðruðum skaftum.
Im selben Moment blickte Buck in Richtung der zerstörten Hütte.
Á sama augnabliki leit Buck í átt að rústunum í skálanum.

Bei diesem Anblick stellten sich ihm die Nacken- und Schulterhaare auf.
Sjónin stirðnaði hárið á hálsi hans og öxlum.
Ein Sturm wilder Wut durchfuhr Bucks ganzen Körper.
Stormur af villimannlegri reiði gekk um allan líkama Bucks.
Er knurrte laut, obwohl er nicht wusste, dass er es getan hatte.
Hann urraði hátt, þótt hann vissi ekki að hann hefði gert það.
Der Klang war rau, erfüllt von furchterregender, wilder Wut.
Hljóðið var hrátt, fullt af ógnvekjandi, grimmilegri reiði.
Zum letzten Mal in seinem Leben verlor Buck den Verstand und die Gefühle.
Í síðasta sinn á ævinni missti Buck skynsemina fyrir tilfinningum.
Es war die Liebe zu John Thornton, die seine sorgfältige Kontrolle brach.
Það var ástin til John Thornton sem rauf vandlega stjórn hans.
Die Yeehats tanzten um die zerstörte Fichtenhütte.
Yeehat-fjölskyldan var að dansa í kringum hrunda grenihúsið.
Dann ertönte ein Brüllen – und ein unbekanntes Tier stürmte auf sie zu.
Þá heyrðist öskur — og óþekkt skepna réðst á þau.
Es war Buck, eine aufbrausende Furie, ein lebendiger Sturm der Rache.
Það var Buck; heift í hreyfingu; lifandi hefndarstormur.
Wahnsinnig vor Tötungsdrang stürzte er sich mitten unter sie.
Hann kastaði sér inn á meðal þeirra, brjálaður af þörf til að drepa.
Er sprang auf den ersten Mann, den Yeehat-Häuptling, und traf zielsicher.
Hann stökk á fyrsta manninn, höfðingjann Yeehat, og sló til.
Seine Kehle war aufgerissen und Blut spritzte in einem Strom.
Háls hans var rifinn opinn og blóð spúaði í læk.
Buck blieb nicht stehen, sondern riss dem nächsten Mann mit einem Sprung die Kehle durch.

Buck stoppaði ekki, heldur reif næsta mann í háls með einu stökki.
Er war nicht aufzuhalten – er riss, schlug und machte nie eine Pause, um sich auszuruhen.
Hann var óstöðvandi — reif, hjó, stoppaði aldrei til að hvíla sig.
Er schoss und sprang so schnell, dass ihre Pfeile ihn nicht treffen konnten.
Hann þaut og stökk svo hratt að örvar þeirra náðu ekki til hans.
Die Yeehats waren in ihrer eigenen Panik und Verwirrung gefangen.
Yeehat-fjölskyldan var föst í eigin ótta og rugli.
Ihre Pfeile verfehlten Buck und trafen stattdessen einander.
Örvar þeirra hittu hvor aðra í staðinn, misstu af Buck.
Ein Jugendlicher warf einen Speer nach Buck und traf einen anderen Mann.
Einn unglingur kastaði spjóti að Buck og hitti annan mann.
Der Speer durchbohrte seine Brust und die Spitze durchbohrte seinen Rücken.
Spjótið stakk í gegnum brjóst hans, oddurinn stakk út úr bakinu.
Die Yeehats wurden von Panik erfasst und zogen sich umgehend zurück.
Skelfing greip Yeehat-ættina og þeir hörfuðu algerlega.
Sie schrien vor dem bösen Geist und flohen in die Schatten des Waldes.
Þau öskruðu af illum anda og flúðu inn í skuggana í skóginum.
Buck war wirklich wie ein Dämon, als er die Yeehats jagte.
Buck var sannarlega eins og djöfull er hann elti Yeehat-fjölskylduna uppi.
Er raste hinter ihnen durch den Wald her und erlegte sie wie Rehe.
Hann elti þá gegnum skóginn og felldi þá eins og hreindýr.
Für die verängstigten Yeehats wurde es ein Tag des Schicksals und des Terrors.

Þetta varð dagur örlaga og skelfingar fyrir hina hræddu Yeehats.
Sie zerstreuten sich über das Land und flohen in alle Richtungen.
Þeir dreifðust um landið og flýðu langt í allar áttir.
Eine ganze Woche verging, bevor sich die letzten Überlebenden in einem Tal trafen.
Heil vika leið áður en síðustu eftirlifendurnir hittust í dal.
Erst dann zählten sie ihre Verluste und sprachen über das Geschehene.
Þá fyrst töldu þau tap sitt og ræddu um það sem hafði gerst.
Nachdem Buck die Jagd satt hatte, kehrte er zum zerstörten Lager zurück.
Eftir að Buck var orðinn þreyttur á eltingarleiknum sneri hann aftur til rústanna í búðunum.
Er fand Pete, noch in seine Decken gehüllt, getötet beim ersten Angriff.
Hann fann Pete, enn í teppunum sínum, látinn í fyrstu árásinni.
Spuren von Thorntons letztem Kampf waren im Dreck in der Nähe zu sehen.
Merki um síðustu baráttu Thorntons voru merkt í moldinni í nágrenninu.
Buck folgte jeder Spur und erschnüffelte jede Markierung bis zum letzten Punkt.
Buck fylgdi hverju slóð og þefaði af hverju merki að lokum.
Am Rand eines tiefen Teichs fand er den treuen Skeet, der still dalag.
Á barmi djúps polls fann hann trúfasta Skeet, liggjandi kyrr.
Skeets Kopf und Vorderpfoten lagen regungslos im Wasser, er lag tot da.
Höfuð og framloppar Skeet voru í vatninu, hreyfingarlaus í dauða sínum.
Der Teich war schlammig und durch das Abwasser aus den Schleusenkästen verunreinigt.
Sundlaugin var drullug og menguð af afrennsli úr rennslukössunum.

Seine trübe Oberfläche verbarg, was darunter lag, aber Buck kannte die Wahrheit.
Skýjað yfirborð þess huldi það sem lá undir, en Buck vissi sannleikann.
Er folgte Thorntons Spur bis in den Pool – doch die Spur führte nirgendwo anders hin.
Hann rakti lyktina af Thornton ofan í laugina — en lyktin leiddi hvergi annars staðar.
Es gab keinen Geruch, der hinausführte – nur die Stille des tiefen Wassers.
Enginn lykt leiddi út — aðeins þögn djúps vatns.
Den ganzen Tag blieb Buck in der Nähe des Teichs und ging voller Trauer im Lager auf und ab.
Allan daginn dvaldi Buck við tjörnina og gekk sorgmæddur um búðirnar.
Er wanderte ruhelos umher oder saß regungslos da, in tiefe Gedanken versunken.
Hann reikaði órólegur eða sat kyrr, niðursokkinn í þungar hugsanir.
Er kannte den Tod, das Ende des Lebens, das Verschwinden aller Bewegung.
Hann þekkti dauðann; endi lífsins; hvarf allrar hreyfingar.
Er verstand, dass John Thornton weg war und nie wieder zurückkehren würde.
Hann skildi að John Thornton væri farinn og myndi aldrei koma aftur.
Der Verlust hinterließ eine Leere in ihm, die wie Hunger pochte.
Tapið skildi eftir tómarúm í honum sem pulsaði eins og hungur.
Doch dieser Hunger konnte durch Essen nicht gestillt werden, egal, wie viel er aß.
En þetta var hungur sem matur gat ekki seðjað, sama hversu mikið hann borðaði.
Manchmal, wenn er die toten Yeehats ansah, ließ der Schmerz nach.

Stundum, þegar hann horfði á dauða Yeehat-ana, dofnaði sársaukinn.
Und dann stieg ein seltsamer Stolz in ihm auf, wild und vollkommen.
Og þá reis upp undarlegur stolt innra með honum, grimmur og algjör.
Er hatte den Menschen getötet, das höchste und gefährlichste Wild von allen.
Hann hafði drepið manninn, hæsta og hættulegasta leikur allra.
Er hatte unter Missachtung des alten Gesetzes von Keule und Reißzahn getötet.
Hann hafði drepið í trássi við hina fornu lög um kylfu og vígtennur.
Buck schnüffelte neugierig und nachdenklich an ihren leblosen Körpern.
Buck þefaði af líflausum líkömum þeirra, forvitinn og hugsi.
Sie waren so leicht gestorben – viel leichter als ein Husky in einem Kampf.
Þau höfðu dáið svo auðveldlega — miklu auðveldara en huskyhundur í bardaga.
Ohne ihre Waffen waren sie weder wirklich stark noch stellten sie eine Bedrohung dar.
Án vopna sinna höfðu þeir hvorki raunverulegan styrk né ógn.
Buck würde sie nie wieder fürchten, es sei denn, sie wären bewaffnet.
Buck myndi aldrei óttast þá framar, nema þeir væru vopnaðir.
Nur wenn sie Keulen, Speere oder Pfeile trugen, war er vorsichtig.
Aðeins þegar þeir báru kylfur, spjót eða örvar myndi hann varast.

Die Nacht brach herein und ein Vollmond stieg hoch über die Baumwipfel.
Nóttin skall á og fullt tungl reis hátt yfir trjátoppana.

Das blasse Licht des Mondes tauchte das Land in einen sanften, geisterhaften Schein wie am Tag.
Dauft tunglsljós baðaði landið mjúkum, draugalegum ljóma eins og dagur.
Als die Nacht hereinbrach, trauerte Buck noch immer am stillen Teich.
Þegar nóttin dýpri syrgði Buck enn við kyrrláta tjörnina.
Dann bemerkte er eine andere Regung im Wald.
Þá varð hann var við aðra hræringu í skóginum.
Die Aufregung kam nicht von den Yeehats, sondern von etwas Älterem und Tieferem.
Hræringin kom ekki frá Yeehat-fjölskyldunni, heldur frá einhverju eldra og dýpra.
Er stand auf, spitzte die Ohren und prüfte vorsichtig mit der Nase die Brise.
Hann stóð upp, lyfti eyrum og rannsakaði gola vandlega.
Aus der Ferne ertönte ein schwacher, scharfer Aufschrei, der die Stille durchbrach.
Langt í burtu heyrðist dauft, hvasst öskur sem rauf þögnina.
Dann folgte dicht auf den ersten ein Chor ähnlicher Schreie.
Þá fylgdi kór af svipuðum ópum rétt á eftir þeim fyrsta.
Das Geräusch kam näher und wurde mit jedem Augenblick lauter.
Hljóðið nálgaðist og varð háværara með hverri stund sem leið.
Buck kannte diesen Schrei – er kam aus dieser anderen Welt in seiner Erinnerung.
Buck þekkti þetta óp – það kom úr þeim öðrum heimi í minningunni hans.
Er ging in die Mitte des offenen Platzes und lauschte aufmerksam.
Hann gekk að miðju opna rýmisins og hlustaði vandlega.
Der Ruf ertönte vielstimmig und kraftvoller denn je.
Kallið hljómaði, margnefnd og kröftugra en nokkru sinni fyrr.
Und jetzt war Buck mehr denn je bereit, seiner Berufung zu folgen.
Og nú, meira en nokkru sinni fyrr, var Buck tilbúinn að svara kalli hans.

John Thornton war tot und hatte keine Bindung mehr an die Menschheit.
John Thornton var dáinn og engin tengsl við manninn voru enn til staðar í honum.
Der Mensch und alle menschlichen Ansprüche waren verschwunden – er war endlich frei.
Maðurinn og allar kröfur mannsins voru horfnar — hann var loksins frjáls.
Das Wolfsrudel jagte Fleisch, wie es einst die Yeehats getan hatten.
Úlfahópurinn var að elta kjöt eins og Yeehat-fjölskyldan hafði einu sinni gert.
Sie waren Elchen aus den Waldgebieten gefolgt.
Þeir höfðu elt elgi niður af skógi vöxnum löndum.
Nun überquerten sie, wild und hungrig nach Beute, sein Tal.
Nú, villtir og hungraðir í bráð, fóru þeir yfir í dalinn hans.
Sie kamen auf die mondbeschienene Lichtung und flossen wie silbernes Wasser.
Inn í tunglsbirtu skógarrjóðrið komu þau, runnu eins og silfurvatn.
Buck stand regungslos in der Mitte und wartete auf sie.
Buck stóð kyrr í miðjunni, hreyfingarlaus og beið eftir þeim.
Seine ruhige, große Präsenz versetzte das Rudel in Erstaunen und ließ es kurz verstummen.
Róleg og stórfengleg nærvera hans skelfdi hópinn og þagnaði stuttlega.
Dann sprang der kühnste Wolf ohne zu zögern direkt auf ihn zu.
Þá stökk djarfasti úlfurinn beint á hann án þess að hika.
Buck schlug schnell zu und brach dem Wolf mit einem einzigen Schlag das Genick.
Buck hjó til og braut hálsinn á úlfinum í einu höggi.
Er stand wieder regungslos da, während der sterbende Wolf sich hinter ihm wand.
Hann stóð hreyfingarlaus aftur á meðan deyjandi úlfurinn sneri sér við á eftir honum.
Drei weitere Wölfe griffen schnell nacheinander an.

Þrír úlfar til viðbótar réðust hratt á, hver á eftir öðrum.
Jeder von ihnen zog sich blutend zurück, die Kehle oder die Schultern waren aufgeschlitzt.
Hver þeirra hörfaði blæðandi, með háls eða axlir skornar í sundur.
Das reichte aus, um das ganze Rudel zu einem wilden Angriff zu provozieren.
Það var nóg til að koma öllum hópnum í villta sókn.
Sie stürmten gemeinsam hinein, waren zu eifrig und zu dicht gedrängt, um einen guten Schlag zu erzielen.
Þau þustu inn saman, of áköf og troðfull til að geta ráðist vel til.
Dank seiner Schnelligkeit und Geschicklichkeit war Buck in der Lage, dem Angriff immer einen Schritt voraus zu sein.
Hraði og færni Bucks gerði honum kleift að vera á undan sókninni.
Er drehte sich auf seinen Hinterbeinen und schnappte und schlug in alle Richtungen.
Hann sneri sér á afturfótunum, snarlaði og sló í allar áttir.
Für die Wölfe schien es, als ob seine Verteidigung nie geöffnet oder ins Wanken geraten wäre.
Úlfunum fannst eins og vörn hans hefði aldrei opnast eða bilað.
Er drehte sich um und schlug so schnell zu, dass sie nicht hinter ihn gelangen konnten.
Hann sneri sér við og hjó svo hratt að þeir komust ekki á eftir honum.
Dennoch zwang ihn ihre Übermacht zum Nachgeben und Zurückweichen.
Engu að síður neyddi fjöldi þeirra hann til að gefa eftir og hörfa.
Er ging am Teich vorbei und hinunter in das steinige Bachbett.
Hann gekk fram hjá tjörninni og niður í grýtta lækjarfarveginn.
Dort stieß er auf eine steile Böschung aus Kies und Erde.
Þar rakst hann á bratta bakka úr möl og mold.

Er ist bei den alten Grabungen der Bergleute in einen Eckeinschnitt geraten.
Hann lenti í horni sem námuverkamennirnir höfðu skorið við gamla gröft.
Jetzt war Buck von drei Seiten geschützt und stand nur noch dem vorderen Wolf gegenüber.
Nú, varinn á þremur hliðum, stóð Buck aðeins frammi fyrir úlfinum sem var fremst.
Dort stand er in der Enge, bereit für die nächste Angriffswelle.
Þar stóð hann í skefjum, tilbúinn fyrir næstu árásarbylgju.
Buck blieb so hartnäckig standhaft, dass die Wölfe zurückwichen.
Buck hélt svo fast á sínu að úlfarnir hörfuðu.
Nach einer halben Stunde waren sie erschöpft und sichtlich besiegt.
Eftir hálftíma voru þeir orðnir þreyttir og greinilega sigraðir.
Ihre Zungen hingen heraus, ihre weißen Reißzähne glänzten im Mondlicht.
Tungur þeirra héngu út, hvítar vígtennur þeirra glitruðu í tunglsljósinu.
Einige Wölfe legten sich mit erhobenem Kopf hin und spitzten die Ohren in Richtung Buck.
Nokkrir úlfar lögðust niður, höfðum lyft og eyrum spýtt í átt að Buck.
Andere standen still, waren wachsam und beobachteten jede seiner Bewegungen.
Aðrir stóðu kyrrir, vakandi og fylgdust með hverri hreyfingu hans.
Einige gingen zum Pool und schlürften kaltes Wasser.
Nokkrir gengu að sundlauginni og drukku kalt vatn.
Dann schlich ein großer, schlanker grauer Wolf sanft heran.
Þá læddist einn langur, grannur grár úlfur fram á blíðlegan hátt.
Buck erkannte ihn – es war der wilde Bruder von vorhin.
Buck þekkti hann — það var villibróðirinn frá fyrri tíð.

Der graue Wolf winselte leise und Buck antwortete mit einem Winseln.
Grái úlfurinn kveinaði lágt og Buck svaraði með kveini.
Sie berührten ihre Nasen, leise und ohne Drohung oder Angst.
Þau snertu nef hvors annars, hljóðlega og án ógnunar eða ótta.
Als nächstes kam ein älterer Wolf, hager und von vielen Kämpfen gezeichnet.
Næst kom eldri úlfur, magur og örmerktur eftir margar bardaga.
Buck wollte knurren, hielt aber inne und schnüffelte an der Nase des alten Wolfes.
Buck fór að urra, en þagnaði og þefaði af trýni gamla úlfsins.
Der Alte setzte sich, hob die Nase und heulte den Mond an.
Sá gamli settist niður, lyfti nefinu og ýlfraði til tunglsins.
Der Rest des Rudels setzte sich und stimmte in das langgezogene Heulen ein.
Restin af hópnum settist niður og tóku þátt í löngu úlfunum.
Und nun ertönte der Ruf an Buck, unmissverständlich und stark.
Og nú barst kallið til Bucks, óyggjandi og sterkt.
Er setzte sich, hob den Kopf und heulte mit den anderen.
Hann settist niður, lyfti höfðinu og öskraði með hinum.
Als das Heulen aufhörte, trat Buck aus seinem felsigen Unterschlupf.
Þegar úlfurinn hætti steig Buck út úr grjótskýlinu sínu.
Das Rudel umringte ihn und beschnüffelte ihn zugleich freundlich und vorsichtig.
Hópurinn lokaðist um hann og þefaði bæði vingjarnlega og varlega.
Dann stießen die Anführer einen lauten Schrei aus und rannten in den Wald.
Þá æptu leiðtogarnir og hlupu af stað inn í skóginn.
Die anderen Wölfe folgten und jaulten im Chor, wild und schnell in der Nacht.
Hinir úlfarnir fylgdu á eftir, æpandi í kór, villtir og hraðir í nóttinni.

Buck rannte mit ihnen, neben seinem wilden Bruder her, und heulte dabei.
Buck hljóp með þeim, við hlið villta bróður síns, ýlfrandi á hlaupum.

Hier geht die Geschichte von Buck gut zu Ende.
Hér á sagan um Buck vel við að líða undir lok.
In den folgenden Jahren bemerkten die Yeehats seltsame Wölfe.
Á árunum sem fylgdu tóku Yeehat-hjónin eftir undarlegum úlfum.
Einige hatten braune Flecken auf Kopf und Schnauze und weiße Flecken auf der Brust.
Sumir voru brúnir á höfði og trýni, hvítir á bringu.
Doch noch mehr fürchteten sie sich vor einer geisterhaften Gestalt unter den Wölfen.
En enn meira óttuðust þeir draugalega veru meðal úlfanna.
Sie sprachen flüsternd vom Geisterhund, dem Anführer des Rudels.
Þau töluðu í hvísli um Draugahundinn, leiðtoga hópsins.
Dieser Geisterhund war schlauer als der kühnste Yeehat-Jäger.
Þessi Draugahundur var lævísari en djarfasti Yeehat-veiðimaðurinn.
Der Geisterhund stahl im tiefsten Winter aus Lagern und riss ihre Fallen auseinander.
Draugahundurinn stal úr búðum í hávetri og reif gildrurnar þeirra í sundur.
Der Geisterhund tötete ihre Hunde und entkam ihren Pfeilen spurlos.
Draugahundurinn drap hundana þeirra og slapp sporlaust undan örvum þeirra.
Sogar ihre tapfersten Krieger hatten Angst, diesem wilden Geist gegenüberzutreten.
Jafnvel hugrökkustu stríðsmenn þeirra óttuðust að horfast í augu við þennan villta anda.

Nein, die Geschichte wird im Laufe der Jahre in der Wildnis immer düsterer.
Nei, sagan verður enn myrkri eftir því sem árin líða í óbyggðunum.
Manche Jäger verschwinden und kehren nie in ihre entfernten Lager zurück.
Sumir veiðimenn hverfa og snúa aldrei aftur í fjarlægar búðir sínar.
Andere werden mit aufgerissener Kehle erschlagen im Schnee gefunden.
Aðrir finnast rifnir í háls, drepnir í snjónum.
Um ihren Körper herum sind Spuren – größer als sie ein Wolf hinterlassen könnte.
Í kringum líkama þeirra eru spor — stærri en nokkur úlfur gæti gert.
Jeden Herbst folgen die Yeehats der Spur des Elchs.
Á hverju hausti fylgja Yeehats slóð elgsins.
Aber ein Tal meiden sie, weil ihnen die Angst tief im Herzen eingegraben ist.
En þau forðast einn dal með ótta djúpt grafinn í hjörtum sínum.
Man sagt, dass der böse Geist dieses Tal als seine Heimat ausgewählt hat.
Þeir segja að dalurinn hafi verið valinn af Illi andanum sem heimili sitt.
Und wenn die Geschichte erzählt wird, weinen einige Frauen am Feuer.
Og þegar sagan er sögð gráta sumar konur við eldinn.
Aber im Sommer kommt ein Besucher in dieses ruhige, heilige Tal.
En á sumrin kemur einn gestur í þennan kyrrláta, helga dal.
Die Yeehats wissen nichts von ihm und können es auch nicht verstehen.
Yeehat-fjölskyldan veit ekki af honum, né skilur hann.
Der Wolf ist großartig und mit einer Pracht überzogen wie kein anderer seiner Art.

Úlfurinn er mikill úlfur, þakinn dýrð, ólíkur öllum öðrum sinnar tegundar.
Er allein überquert den grünen Wald und betritt die Waldlichtung.
Hann einn fer yfir græna trjánna og inn í skógarrjóðrið.
Dort sickert goldener Staub aus Elchhautsäcken in den Boden.
Þar síast gullið ryk úr elgskinnasekkjum niður í jarðveginn.
Gras und alte Blätter haben das Gelb vor der Sonne verborgen.
Gras og gömul lauf hafa hulið gulu litinn fyrir sólinni.
Hier steht der Wolf still, denkt nach und erinnert sich.
Hér stendur úlfurinn þögull, hugsar og minnist.
Er heult einmal – lang und traurig – bevor er sich zum Gehen umdreht.
Hann ýlfrar einu sinni – langt og dapurlegt – áður en hann snýr sér við til að fara.
Doch er ist nicht immer allein im Land der Kälte und des Schnees.
Samt er hann ekki alltaf einn í landi kuldans og snjósins.
Wenn lange Winternächte über die tiefer gelegenen Täler hereinbrechen.
Þegar langar vetrarnætur leggjast yfir neðri dali.
Wenn die Wölfe dem Wild durch Mondlicht und Frost folgen.
Þegar úlfarnir elta villidýrin í tunglsljósi og frosti.
Dann rennt er mit großen, wilden Sprüngen an der Spitze des Rudels entlang.
Svo hleypur hann fremstur í flokknum, hoppar hátt og villt.
Seine Gestalt überragt die anderen, aus seiner Kehle erklingt Gesang.
Lögun hans gnæfir yfir hinum, hálsinn lifir af söng.
Es ist das Lied der jüngeren Welt, die Stimme des Rudels.
Þetta er söngur yngri heimsins, rödd hópsins.
Er singt, während er rennt – stark, frei und für immer wild.
Hann syngur á meðan hann hleypur – sterkur, frjáls og eilíflega villtur.

www.ingramcontent.com/pod-product-compliance
Lightning Source LLC
Chambersburg PA
CBHW010031040426
42333CB00048B/2796